AF519563

പൂവിളിക്കുന്ന്

poovilikkunnu

•

m s kumar

•

first edition
january 2016

•

typesetting
shaji joseph

•

published
chintha publishers, thiruvananthapuram

•

printed
akshara offset, thiruvananthapuram

•

cover & illustration
sudheer py

വിതരണം

ദേശാഭിമാനി ബുക്ക് ഹൗസ്

H O തിരുവനന്തപുരം-695 035
phone: 0471-2303026, 6063026
www.chinthapublishers.com
chinthapublishers@gmail.com

ബ്രാഞ്ചുകൾ

ഹെഡ്ഡാഫീസ് ബ്രാഞ്ച് കുന്നുകുഴി • സ്റ്റാച്യു തിരുവനന്തപുരം • കെ എസ് ആർ ടി സി ബസ് സ്റ്റേഷൻ ആലപ്പുഴ • കെ എസ് ആർ ടി സി ബസ് സ്റ്റേഷൻ എറണാകുളം • മച്ചിങ്ങൽ ലെയിൻ തൃശൂർ • ഐ ജി റോഡ് കോഴിക്കോട് • മാവൂർ റോഡ് കോഴിക്കോട് • എൻ ജി ഒ യൂണിയൻ ബിൽഡിങ് കണ്ണൂർ • സെൻട്രൽ ബസ് ടെർമിനൽ കോംപ്ലക്സ് താവക്കര കണ്ണൂർ

CO - 2147 / 3603

പൂവിളിക്കുന്ന്

(ബാലകഥകൾ)

എം എസ് കുമാർ

ചിന്ത പബ്ലിഷേഴ്സ്
തിരുവനന്തപുരം-695 035

എം എസ് കുമാർ

1945 ൽ പാലക്കാട് ജില്ലയിലെ പട്ടാമ്പിക്കടുത്ത് ഞാങ്ങാട്ടിരി ഗ്രാമത്തിൽ ജനിച്ചു. പിതാവ് ശങ്കുണ്ണി എഴുത്തച്ഛൻ, അമ്മ ജാനകിയമ്മ. 1968 മുതൽ ഞാങ്ങാട്ടിരി എ യു പി സ്കൂളിൽ അദ്ധ്യാപകൻ. 2000 ൽ വിരമിച്ചു.

കേരള സ്റ്റേറ്റ് ലൈബ്രറി കൗൺസിൽ ഭരണസമിതി, *തളിര്*, *തത്തമ്മ* എന്നീ ബാലമാസികകളിൽ പത്രാധിപസമിതി അംഗം.

ഉടുക്ക്, മന്ദാകിനിയുടെ ഗാനം, സർഗ്ഗ, അത്രമേൽ സ്നേഹിക്കയാൽ, മിഴിയോരം, വഴിയോരം, സുന്ദരിപ്പാമ്പ്, കുഞ്ഞൻ പക്ഷി, മിടുക്കൻ ബാബു, പൂത്താങ്കിരി, സിനിമാനടൻ കുഞ്ചു, ഉണ്ണിരാമൻ ഉണർന്നു, സ്വർണ്ണത്തുമ്പി, മിഠായി മണിയൻ, ശാരി, നിലാവിന്റെ അപ്പൂപ്പൻ, അല്ലിറാണി, കല്യാണക്കുരുവി, പീലിക്കാവടി, കഴുത മന്ത്രി, കുക്കു, നിലാത്തിരി, ഗൂഗ്ലി, പുള്ളിനങ്ങി, മനസ്സറിയും കിളി, വാകമരത്തിലെ പക്ഷികൾ, സ്റ്റോമി, മകുടി, കളിമാമൻ, കുടുകുടു വണ്ടി, കുറുക്കൻ കഥകൾ, കളിവീണ, ആമക്കുട്ടൻ ഡോട്ട് കോം, മഞ്ചാടിമാല, ലോകം കീറിയ കുട്ടി, ചെമ്പൻ കുറുക്കനും വെള്ളിമുയലും, ആനമീശ, കുഞ്ഞിക്കുറുക്കൻ ഇമെയിൽ, മൊബൈൽ മുയലുണ്ണി തുടങ്ങി എഴുപതോളം കൃതികളുടെ കർത്താവ്.

1981 മാമൻ മാപ്പിള നോവൽ അവാർഡ്(*ഉടുക്ക്*). 1989 കേന്ദ്ര സാംസ്കാരിക വകുപ്പ് ഫെല്ലോഷിപ്പ് നോവൽ(*മന്ദാകിനിയുടെ ഗാനം*). 1990 ഇന്ത്യൻ വിദ്യാഭ്യാസ കൗൺസിലിങ് നാഷണൽ അവാർഡ് (സമഗ്ര സംഭാവന- ബാലസാഹിത്യം) 1991 അദ്ധ്യാപക കലാവേദി അവാർഡ് കഥ-*ആരോ മരിച്ചിട്ടുണ്ട്.* 2002 ചെറുകാട് അവാർഡ് *ആനമീശ* (ബാലകഥാസമാഹാരം), 2003 ലെ അബുദാബി ശക്തി അവാർഡ് *പുള്ളിനങ്ങി*(നോവൽ) തുടങ്ങിയവ പുരസ്കാരങ്ങളിൽ ചിലത്.

ഭാര്യ : പി ആർ കമലം
മക്കൾ : ദീപ, ദിലീപ്
വിലാസം : സർഗ്ഗ, ഞാങ്ങാട്ടിരി
പട്ടാമ്പി – 679311

ഉള്ളടക്കം

അവതാരിക

ഇളംമനസ്സുകളെ ഉണർത്തുന്ന കഥകൾ

സിപ്പി പള്ളിപ്പുറം 7

പൂവിളിക്കുന്ന് 9

കണിക 16

മിന്നി 19

വെള്ളാരങ്കല്ലു പായസം 26

വീണയുടെ വില 29

നിളയോളം തുള്ളിത്തുള്ളി 34

ചിങ്കന്റെ പാട്ട് 39

മലങ്കാടൻ മുനി 42

തുമ്പിക്കൈയനും ചപ്പിമൂക്കനും 47

കുട്ടൻ വണ്ടി 52

അണ്ണാന് ഒരു പുടവ 58

യൂണിഫോമണിഞ്ഞ ഒരു കുട്ടി 61

ജിൻസിയുടെ അമ്മ 67

അവതാരിക

ഇളംമനസ്സുകളെ ഉണർത്തുന്ന കഥകൾ

സിപ്പി പള്ളിപ്പുറം

മലയാളത്തിന്റെ പ്രിയങ്കരനായ ബാലസാഹിത്യകാരനാണ് ശ്രീ. എം എസ് കുമാർ. ഇളംമനസ്സുകളെ തൊട്ടുണർത്തുന്ന നിരവധി മികച്ച ബാലസാഹിത്യ കൃതികൾ അദ്ദേഹം കൈരളിക്ക് സംഭാവന ചെയ്തിട്ടുണ്ട്.

ചിത്രശലഭങ്ങളുടെ ഉണ്ണി, സുന്ദരിപ്പാമ്പ്, പീലിക്കാവടി, സ്വർണ്ണത്തുമ്പി, കുക്കു തുടങ്ങിയ എം എസ് കുമാറിന്റെ ബാലസാഹിത്യകൃതികൾ ഇതിനകം തന്നെ നമ്മുടെ കുട്ടികൾ നെഞ്ചേറ്റി ലാളിച്ചവയാണ്.

അദ്ദേഹം ഇപ്പോൾ നമ്മുടെ കുഞ്ഞുങ്ങൾക്കു സമ്മാനിക്കുന്ന *പൂവിളിക്കുന്ന്* ബാലമനസ്സുകളെ ചിരിപ്പിക്കുകയും ചിന്തിപ്പിക്കുകയും ഉണർത്തുകയും ചെയ്യുന്ന നല്ലൊരു ബാലസാഹിത്യ കൃതിയാണ്.

പതിമൂന്ന് കഥകളാണ് ഈ സമാഹാരത്തിലുള്ളത്. ആദ്യ കഥയാണ് 'പൂവിളിക്കുന്ന്.' പൂക്കളും പൂത്തുമ്പികളും തേനീച്ചകളും അപ്പൂപ്പനും ചേരുന്ന കൗതുക ലോകമാണ് 'പൂവിളിക്കുന്ന്.'

ഇടയ്ക്കിടെ പൂപറിക്കാനും പൂമണം ആസ്വദിക്കാനുമായി താഴ്വരയിലെ കുട്ടികൾ അവിടയെത്താറുണ്ട്. സെറീനയും നിമ്മിയും അനിതയും സുനിതയും ആ കൂട്ടത്തിൽപ്പെടുന്നു.

പൂച്ചെടികൾക്കിടയിൽ ഒരു കാവൽക്കാരനെപ്പോലെ കഴിഞ്ഞുകൂടുന്ന അപ്പൂപ്പനെ ആദ്യമൊക്കെ കുട്ടികൾക്ക് ഭയമായിരുന്നു. എങ്കിലും പൂക്കളോടും പൂമ്പാറ്റയോടും അപ്പൂപ്പൻ കാണിക്കുന്ന വത്സല്യം അവരെ അദ്ദേഹത്തോട് അടുപ്പിച്ചു.

ഒരുദിവസം കുട്ടികൾ അതുവഴി വന്നപ്പോൾ തോട്ടം വെട്ടി നശിപ്പിച്ചിരിക്കുന്ന ഹൃദയഭേദകമായ കാഴ്ചയാണ് കണ്ടത്. അപ്പൂപ്പനെ അവിടെയെങ്ങും കണ്ടതുമില്ല! അദ്ദേഹം എവിടെ പോയി? കുട്ടികൾ നാലുപാടും ശ്രദ്ധിച്ചു.... ഹാവൂ... ഹയ്യോ! ഹമ്മോ! ചപ്പുചവറുകൾക്കിടയിൽ അപ്പൂപ്പൻ. അദ്ദേഹം വെള്ളം ചോദിച്ചു. അവർ ഇലക്കുമ്പിളിൽ വെള്ളം എടുത്തു കൊടുത്തു. അപ്പോഴേക്കും തേനീച്ച തേനുമായി പാറിയെത്തി. വൃദ്ധന്റെ വായിലിറ്റിച്ചു കൊടുത്തു, മുറിവിൽ പുരട്ടി.

പുതിയ കെട്ടിടം പണിയാൻ വേണ്ടി കെട്ടിട മാഫിയാക്കാരുടെ കടന്നുകയറ്റമായിരുന്നു അവിടെ നടന്നത്.

പൂക്കളും പൂമ്പാറ്റകളും ഉണർന്നു. മുളംതത്തകളും മൈനകളും വീണ്ടും അവിടെ പാറിയെത്തി. പൂവിളിക്കുന്ന് വീണ്ടും സജീവമായി. ഇതുപോലെ പതിമൂന്ന് കഥകളും ഒന്നിനൊന്ന് വ്യത്യസ്തങ്ങളും മനോഹരങ്ങളുമാണ്.

പുതിയ കാലഘട്ടത്തിന്റെ ചിത്രം ഈ കഥയിലൂടെ അദ്ദേഹം കുട്ടികളുടെ മുന്നിൽ വരച്ചുകാട്ടുന്നു. അദ്ദേഹത്തിന്റെ ലളിതസുന്ദരമായ ശൈലി കുട്ടികളെ നന്നായി ആകർഷിക്കും.

പുതിയ തലമുറയെ മൂല്യങ്ങളിലേക്കും പ്രപഞ്ചാവബോധത്തിലേക്കും നയിക്കുന്ന ഈ കഥകൾ കുട്ടികൾ താല്പര്യത്തോടെ വായിക്കും എന്ന കാര്യത്തിൽ സംശയമില്ല.

ബാലസാഹിത്യ രംഗത്ത് എന്റെ ഗുരുവും സുഹൃത്തുമായ എം എസ് കുമാർ സാറിന്റെ ഈ നല്ല പുസ്തകം കുഞ്ഞുങ്ങൾക്കായ് സ്നേഹപൂർവ്വം സമർപ്പിച്ചുകൊള്ളുന്നു.

പൂവിളിക്കുന്ന്

പൂപറിക്കാൻ പോരണോ
പോരണോ അതിരാവിലെ
പൂപറിക്കാൻ പോരണോ....

ഗ്രാമത്തിലെ വയൽക്കരയിൽനിന്ന് കുഞ്ഞുങ്ങളുടെ വിളി കേൾക്കാം. പാട്ടുപോലുള്ള ക്ഷണം.

പൂപറിക്കാൻ പോരണോ....

വയലിന്റെ മറുകരയിൽ മതിലിനപ്പുറത്തുനിന്ന് മറുപടിയും കേൾക്കാം.

പൂപറിക്കാൻ ഞങ്ങളില്ലീ
മഞ്ഞുവീഴും രാവിലെ....!

അനുമോളും സൽമയും മറുപടിയായി പാടും. അവർ തൊടിയിലെ മതിലിനരികിലൂടെ നടക്കും. അത് ഒരു പൂതിരയലാണ്. ഒന്നോ രണ്ടോ വേലിപ്പൂക്കൾ കിട്ടിയെന്നിരിക്കും.

നിമ്മിയും കൂട്ടുകാരും തുടർന്നു വിളിക്കും.

മഞ്ഞു മാഞ്ഞു വെയിലു വന്നു
പൂവുവേണേൽ പോരടോ....

രണ്ടു ഭാഗത്തു നിന്നുമായി കുട്ടികൾ ഇറങ്ങും.

മഞ്ഞു മാഞ്ഞു വെയിലു വന്നു
പൂപറിക്കാൻ പോരടോ...

പൂപറിക്കാൻ പോരണോ
പോരണോ, അതിരാവിലെ.

പതിവുപോലെ നിമ്മിയും കൂട്ടുകാരും പൂക്കൾ നിറഞ്ഞ കുന്നിൻ ചെരുവിലെത്തി. പുതിയ പൂക്കൾ വിടർന്നുല്ലസിക്കുന്ന കുന്നിൽ മുകളിലേക്കവർ കയറി. വൃത്താകൃതിയിൽ മുള്ളുവേലി കെട്ടിയുറപ്പിച്ച പൂന്തോട്ടത്തിൽ വിടർന്നു നില്ക്കുന്ന പുതുപൂക്കൾ ആരേയും ആകർഷിക്കും.

അവർ പുറമേ നിന്ന് ഉള്ളിലേക്കെത്തിനോക്കി. നല്ല മണം. ഒരിതൾ പോലും കിട്ടാൻ വഴിയില്ല. ഒരു മുട്ടൻവടിയുമായി കാവൽക്കാരൻ അമ്മാവൻ നടക്കുന്നുണ്ടായിരുന്നു. നമ്മൾ അങ്ങോട്ടു കണ്ടില്ലെങ്കിലും അമ്മാവൻ പൂന്തോട്ടത്തിനടുത്തു കൂടെ പോകുന്ന ഏതു ജീവിയേയും കണ്ടിരിക്കും.

പൂവിളിക്കുന്നിനടുത്തുകൂടി പറക്കാൻ പൂമ്പാറ്റകൾക്കും തേനീച്ചകൾക്കും കൂടി പേടിയാണ്. വൃദ്ധൻ മുട്ടൻവടികൊണ്ട് വീശിയടിക്കും.അടികൊണ്ട് പൂമ്പാറ്റകളുടെ തല തെറിച്ചും ചിറകൊടിഞ്ഞും എത്രയോ എണ്ണം നശിച്ചിട്ടുണ്ട്. തേനീച്ചകൾക്കും എത്രയോ അനുഭവങ്ങൾ ഉണ്ടായിട്ടുണ്ട്.

"അമ്മാവാ ഒരു പൂ തരുമോ?" കുട്ടികൾ യാചിക്കും.... ങേഹെ! അമ്മാവൻ നിഷേധരൂപത്തിൽ ശബ്ദിക്കും. അവർക്കു നേരെയും അമ്മാവൻ വടി വീശും. ഒരു പ്രാണിപോലും പൂന്തോട്ടത്തിനടുത്തുകൂടി പോകുന്നത് വൃദ്ധനിഷ്ടമല്ല.

നിമ്മി കമ്പിവേലിക്കടുത്തു ചെന്നു. വൃദ്ധൻ ഓരോ ചെടികൾക്കടുത്തു ചെന്നും പൂവുകൾ പരിശോധിക്കുന്നു. വാടിയ ഇതളുകളും ഇലകളും പറിച്ചു മാറ്റുന്നു. പുഴുക്കളോ ഉറുമ്പുകളോ ഉണ്ടെങ്കിൽ തിരുമ്മിക്കൊല്ലുന്നു. മുട്ടൻവടി കക്ഷത്തിലിറുക്കി വെച്ചിട്ടുണ്ട്. വണ്ടോ തേനീച്ചയോ പരിസരത്തെങ്ങാൻ വന്നാൽ വീശിയടിക്കാൻ.

നിമ്മി ചുറ്റും നടന്നു. ഒരു റോസാപ്പൂ ചോദിച്ചാൽ തരുമോ? അവൾ സംശയിച്ചു നിന്നു. വൃദ്ധന്റെ ചപ്രത്താടിയും ചുവന്ന കണ്ണുകളും കണ്ടപ്പോൾ വേണ്ടെന്നു വെച്ചു. അമ്മാവൻ ഒരു കുട്ടയിൽ ഉണങ്ങിയ പൂവിതളുകളും ഇലകളും ശേഖരിച്ച് കമ്പിവേലിക്കു പുറത്ത് വെള്ളച്ചാലിലേക്കെറിഞ്ഞു.

നിമ്മി ആ ചപ്പുകളിൽ നോക്കി. ഒരു വാടിയ പൂ കണ്ടു. ഓട

ച്ചാലിലിറങ്ങി പൂ എങ്ങനെ എടുക്കും. അവൾ കമ്പിവേലിയുടെ കാലിൽ പിടിച്ചൊരു കുറ്റിച്ചെടിയിലൂടെ കീഴോട്ടിറങ്ങി. പനിനീർ പ്പൂവിന്റെ കൊഴിഞ്ഞ ഇതളുകൾ പെറുക്കി.

പച്ചിലകൾക്കിടയിൽനിന്ന് ഒരു ഞരക്കവും കരച്ചിലും അവൾ കേട്ടു. അയ്യോ രോദനം കേട്ട അവൾ ഇലകളിലും കരിഞ്ഞ പൂവിതളിലും ചികഞ്ഞു. ചിറകൊടിഞ്ഞ ഒരു തേനീച്ച. അവൾ വേദന സഹിക്കാനാവാതെ ഞെരിപിരി കൊള്ളുന്നു.

അവൾ പച്ചിലകൾക്കിടയിൽനിന്ന് തേനീച്ചയെ എടുത്തു. അതിന്റെ ചിറകൊടിഞ്ഞിരുന്നു. വിശപ്പും ദാഹവും സഹിക്കാതെ കിതച്ചിരുന്നു. ഹാവൂ... ഹയ്യോ.... തേനീച്ച ഞരങ്ങിക്കൊണ്ടിരുന്നു. ഒരു കൈയിൽ പെറുക്കിയ പൂവിതളുകളും വലതുകൈയിൽ ചിറകൊടിഞ്ഞ പൂമ്പാറ്റകളുമായി നിമ്മി ഒരു പുല്ത്തകിടിയിലിരുന്നു. അവൾ പൂവിതളുകൾ വാസനിച്ചു. വാടിയവയെങ്കിലും നല്ല മണം. ഒരിതൾ തേനീച്ചയുടെ മുഖത്തോട് അടുപ്പിച്ച് ഈച്ചയും മണം ആസ്വദിച്ചു.

“എന്തുപറ്റി മോളേ?” നിമ്മി തേനീച്ചയുടെ ചെവിയിൽ മുഖമടുപ്പിച്ചു ചോദിച്ചു.

“ആ അമ്മാവൻ ഇത്ര ക്രൂരനാണെന്നു വിചാരിച്ചില്ല. ഞങ്ങളെന്നും പ്രഭാതമാകുമ്പോൾ പൂവിടരുന്ന ഈ തോട്ടത്തിലെത്താറുണ്ട്. ഞങ്ങൾ തേൻ കുടിക്കുമ്പോഴാണീ പൂക്കൾക്ക് ഭംഗിയുണ്ടാകുന്നത്. അവയ്ക്ക് കൂടുതൽ തേനുണ്ടാകുന്നത്.”

തേനീച്ച കിതച്ചു. നിമ്മി പൂവിതൾ അതിന്റെ ചുണ്ടോടടുപ്പിച്ചു. “ഉം പറയൂ.” അവൾ നിർബ്ബന്ധിച്ചു. തേനീച്ച പറഞ്ഞു തുടങ്ങി. “ഞങ്ങൾ തേൻ നുകർന്നു പറന്നുയരുമ്പോഴാണ് തോട്ടക്കാരനമ്മാവൻ എത്താറുള്ളത്. തോട്ടത്തിലെത്തുന്ന വണ്ടുകളെയും തുമ്പികളെയും അയാൾ വടി വീശി ആട്ടിയോടിക്കും. പൂവുകളെ താലോലിക്കും. വാടിയ ഇതളുകൾ പറിച്ചുമാറ്റും. പൂക്കളെ സ്നേഹിക്കുന്ന അമ്മാവന് ഞങ്ങളെയും ഇഷ്ടമാണെന്നല്ലേ കരുതേണ്ടത്.

ഞങ്ങൾക്കയാളെ ഇഷ്ടമായിരുന്നു. പാവം. രാപ്പകലില്ലാതെ പൂന്തോട്ടം പരിപാലിക്കുന്നു. അതുകൊണ്ടാണല്ലോ വാടാതെയും ഉണങ്ങാതെയും ഈ തോട്ടത്തിൽ എന്നും പൂവിരിയുന്നത്.”

തേനീച്ചയുടെ കിതപ്പ് വർദ്ധിച്ചു. അവൾ ദയനീയമായി

തേങ്ങി.

"നിമ്മീ എനിക്കിനി പറന്നു നടക്കാനാവുമെന്ന് തോന്നുന്നില്ല. എന്റെ കൂട്ടുകാരോടൊപ്പം തേൻ ശേഖരിക്കാൻ പറ്റുമെന്നു തോന്നുന്നില്ല. എന്റെ തൊണ്ട വരളുന്നു....."

അവൾ വല്ലാതെ വിവശയായി. നിമ്മി തേനീച്ചയേയും കൈയിലെടുത്ത് കുന്നിൻ താഴ്‌വരയിലെ അരുവിയിലേക്ക് ഇറങ്ങി പനിനീരിതളിൽ വെള്ളമെടുത്ത് തേനീച്ചയുടെ വായിലിറ്റിച്ചു. അവൾ കുടുകുടാ വെള്ളം കുടിച്ചു. ക്ഷീണം തീർന്നപ്പോൾ തേനീച്ച പതുക്കെ പറന്നു. നിമ്മി കുറെ ദൂരം അവളെ അനുഗമിച്ചു. കുറേ തേനീച്ചകൾ അവരുടെ കൂട്ടുകാരിയെ അന്വേഷിച്ചു വന്നു. തേനീച്ച അവരോടൊപ്പം പറന്നകന്നു.

നിമ്മി പൂന്തോട്ടത്തിനരികിലൂടെ നടന്നു. അപ്പൂപ്പൻ വടിയുമായി അങ്ങുമിങ്ങും നടക്കുന്നു. ആരോടൊക്കെയോ ദേഷ്യം വന്നെന്നപോലെ വേലിക്കാലുകളിൽ അടിക്കുന്നു. അവൾ ഭയന്നുപോയി. അപ്പൂപ്പൻ കൈയെത്തിയാൽ തന്നേയും വീശിയടിക്കുമെന്നു തോന്നി. അവൾ ഭയന്നു പിന്മാറി,

നിമ്മിയുടെ മനസ്സ് മൂന്നുനാലുദിവസങ്ങളിൽ അസ്വസ്ഥമായിരുന്നു. തേനീച്ച അവളുടെ അസുഖം മാറി സുഖം പ്രാപിച്ചിരിക്കുമോ...! തോട്ടത്തിന്റെ അമ്മാവൻ ആരോടാണ് ദേഷ്യപ്പെട്ടിരുന്നത്. നിലത്തും വേലിക്കാലിലും ക്രുദ്ധനായി അടിച്ചിരുന്നതെന്തിനായിരിക്കാം.

അവൾ ക്ഷീണത്തോടെയാണ് പൂമലയിലെത്തിയത്. രണ്ടു കൂട്ടുകാരികളെയും കൂട്ടി, അനിതയും സുനിതയും. അവർ ചോദിച്ചു: "എന്താ നീയിത്ര ആലോചിക്കുന്നത്. എന്താ നിന്റെ വിഷമം? പൂവിളിക്കുന്നിലെത്തിയാൽ നിനക്കുണ്ടാവാറുള്ള ആവേശം കാണാനില്ലല്ലോ."

"ആ തേനീച്ചക്കുഞ്ഞ് രക്ഷപ്പെടുമോ ആവോ. പൂവനത്തിലെ അമ്മാവൻ എല്ലാവരെയും ആട്ടിയകറ്റുന്നു. എന്തുപറ്റിയെന്നാലോചിക്കുമ്പോൾ ഒരു വിഷമം."

"എന്തായാലും നമുക്ക് പോയി നോക്കാം. അമ്മാവന്റെ ദേഷ്യ സ്വഭാവം മാറീച്ചാൽ കുറച്ചു റോസാപ്പൂക്കൾ തരാൻ പറയാം. തോട്ടത്തിൽ കടന്ന് പൂക്കളുടെയും തേനീച്ചകളുടെയും ഒപ്പം കളിക്കാം."

അവർ പൂവിളിക്കുന്നിലെത്തി. തോട്ടം വലയം ചെയ്ത കമ്പി വേലി മറിഞ്ഞു കിടക്കുന്നു. പൂച്ചെടികൾ ഒടിഞ്ഞും മറിഞ്ഞും കിടക്കുന്നു. ചിതറിയ ഇലകളും പൂക്കളും കരിഞ്ഞ ഇതളുകളും. നിമ്മിയും കൂട്ടുകാരും അത്ഭുതപ്പെട്ടു.

തോട്ടക്കാരൻ അമ്മാവനെ കാണാനില്ല. ചില കാക്കകളും കാട്ടുപക്ഷികളും ശബ്ദിക്കുന്നു. നിമ്മി അമ്മാവനെ തിരഞ്ഞു. അവർ കൂട്ടമായി വിളിച്ചു. "അമ്മാവാ....അമ്മാവാ....."

ശബ്ദം കുന്നിൽ പ്രതിദ്ധ്വനിച്ചു. അവിടേക്കെത്തിയ അപരിചിതരായ രണ്ടുപേർ ചോദിച്ചു:

"എന്താ കുട്ടികളെ! നിങ്ങൾ ആരെയാ കൂവി വിളിക്കുന്നത്!"

"പൂന്തോട്ടത്തിലെ അമ്മാവനെ. ഈ പൂങ്കാവനം നോക്കി രക്ഷിക്കുന്ന......."

"ഓഹോ! ആ വയസ്സനെയോ! അയാളെയൊക്കെയിവിടുന്ന് പറഞ്ഞയച്ചില്ലേ! തോട്ടമൊക്കെ നശിപ്പിച്ചു, പൂക്കളൊക്കെ പറിച്ചു മാറ്റി. തോട്ടക്കാരനെ പിരിച്ചയച്ചു. ഇവിടൊക്കെ വല്യ കെട്ടിടോം റിസോർട്ടുമൊക്കെ വരുവാണ് മക്കളേ...."

"മക്കളു പോവിൻ. മക്കള് കടയിൽ നിന്ന് പ്ലാസ്റ്റിക് പൂവ് വാങ്ങിക്കോളിൻ."

അവർ പൊട്ടിച്ചിരിച്ചു. നിമ്മിയും അനിതയും അന്യോന്യം നോക്കി.അവർക്കു വഴിയാത്രക്കാരുടെ പ്രതികരണം ഇഷ്ടപ്പെട്ടില്ല. അവർ തോട്ടത്തിൽ ചെടികൾക്കിടയിൽ തിരഞ്ഞു. വാടിയ പൂക്കൾ പെറുക്കി. എവിടെ നിന്നോ ഒരു ശബ്ദം. കുട്ടികൾ ചെവിയോർത്തു.

"നിമ്മീ ദേ..... അവിടെ എന്തോ ശബ്ദം" അനിത പറഞ്ഞു. ഒരു മൂലയിൽ കരിയിലകളുടെ കരകര ശബ്ദം. ഹാവൂ എന്ന കരച്ചിൽ. അവർ ഓടിച്ചെന്നു.

"അമ്മാവാ." അവർ വൃദ്ധന്റെ അടുത്തു ചെന്നു. അടുത്തു കിടക്കുന്നു മുട്ടൻവടി..

"എന്തേ അമ്മാവാ..." നിമ്മി ചോദിച്ചു.

"ഹയ്യോ മക്കളേ എന്നെ ഒന്നു എഴുന്നേൽപ്പിക്കിൻ, എനിക്കു വയ്യ. വയ്യ."

"വരൂ..." അവർ അദ്ദേഹത്തെ താങ്ങിയിരുത്തി. നിമ്മി ഒരിലയെടുത്ത് അരുവിയിലേക്ക് ഓടി. ഇലക്കുമ്പിളിൽ വെള്ളം

കൊണ്ടുവന്നു. വൃദ്ധൻ വെള്ളം കുടിച്ചു. അതിലേ പറന്ന തേനീച്ചയെ അവൾ വിളിച്ചു. “വരൂ......”

തേനീച്ച കൂട്ടുകാരിക്കരികെ വന്നു. തേനീച്ച അമ്മാവന്റെ അടുത്തേക്കു വന്നു. പിന്നേ ദൂരേക്കു പറന്നു. കൂട്ടുകാരുമായി തിരിച്ചു വന്നു. എല്ലാവരുടെ ചുണ്ടിലും ഓരോ തുള്ളി തേനുണ്ടായിരുന്നു. അവർ വൃദ്ധന്റെ ചുണ്ടിൽ തേൻ ഇറ്റിച്ചു. പൂമ്പൊടികൾ ശ്വസിപ്പിച്ചു. ക്ഷീണം മാറി വൃദ്ധൻ എഴുന്നേറ്റു.

“വരിൻ മക്കളേ.” അമ്മാവൻ കുട്ടികളെ വിളിച്ചു. തേനീച്ചകൾ പൂമ്പാറ്റകളെയും തുമ്പികളെയും വിളിച്ചു. അമ്മാവൻ പൂച്ചെടികളെ പിടിച്ചെഴുന്നേല്പിച്ചു. നിമ്മിയും കൂട്ടുകാരും അരുവിയിൽനിന്ന് വെള്ളം കൊണ്ടു വന്നു. വാടിയ തളിരുകളിലും പൂമൊട്ടിലും തളിച്ചു. അവ ഉണർന്നു. തേനീച്ചകളും പൂമ്പാറ്റകളും തുമ്പികളും പൂമ്പൊടി വിതറി. ഉദ്യാനത്തിൽ പുതിയ പൂക്കൾ വിടർന്നു. അമ്മാവനോടൊപ്പം കുഞ്ഞുങ്ങളും പൂമ്പാറ്റകളും തേനീച്ചകളും പൂന്തോട്ടത്തിൽ നൃത്തം ചെയ്തു.

കുഞ്ഞുങ്ങളുടെ പൂവിളി ശബ്ദം കേട്ടുകൊണ്ടാണ് പിറ്റേന്ന് ഗ്രാമം ഉണർന്നത്.

പൂപറിക്കാൻ പോരണോ
പോരണോ അതിരാവിലെ

നിമ്മിയും സെറീനയും ചേർന്നു വിളിച്ചു. വയലിന്റെ മറുകരയിലെ മതിലിനപ്പുറത്തു നിന്ന് അനുമോളും സൽമയും മറുപടി പാടി.

പൂപറിക്കാൻ ഞങ്ങളില്ലേ–
മഞ്ഞുവീഴും രാവിലെ
മഞ്ഞു മാഞ്ഞു വെയിലു വന്നു
പൂവേണേൽ പോരടോ...
പൂപറിക്കാൻ പോരണോ
പോരണോ അതിരാവിലെ......

കണിക

“എന്തൊരു ചൂട്!”

പുഴയോരത്തെ മണലിൽ കാല് നീട്ടിയിരിക്കവേ നിഷയുടെ അച്ഛൻ പറഞ്ഞു.

“തണുത്ത കാറ്റു വീശാൻ സന്ധ്യമയങ്ങേണ്ടിവരും.” അമ്മയും സംസാരിക്കുന്നു.

നിഷ അല്പമകലെ പുഴയിൽ ഒഴുകുന്ന കൊച്ചു നീർച്ചാലും നോക്കി മണൽപ്പരപ്പിൽ ഇറങ്ങിയിരുന്നു. പകലത്തെ വെയിലേല്പിച്ച ചൂട് മണലിൽനിന്ന് വിട്ടുമാറുന്നതേയുള്ളൂ.

മുമ്പൊരിക്കൽ ഈ പുഴ ആർത്തലച്ചൊഴുകുന്നത് നിഷ കണ്ടിട്ടുള്ളതാണ്. അന്ന് പേടി തോന്നുമായിരുന്നു. ഇന്നു കണ്ടാൽ പാവം തോന്നും. പുഴ കരയുകയാണെന്നേ തോന്നൂ.

മണലിൽ കമിഴ്ത്തി വെച്ച തന്റെ ഇടതു കൈപ്പടത്തിനു പുറത്തൊരു തണുത്ത സ്പർശം അവൾ സൂക്ഷിച്ചു നോക്കി.

ഒരു തുള്ളി.

“നീ എവിടുന്നാ.....?” അവൾ ചോദിച്ചു.

പിന്നീട് തോന്നി താനാരോടാണീ ചോദിക്കുന്നത്. എന്തൊരു വിഡ്ഢിത്തം!

നിഷ തന്റെ കൈത്തലം സൂക്ഷിച്ചു നോക്കി. തന്റെ മുഖം ആ കണികയിൽ പ്രതിബിംബിക്കുന്നതായി അവൾക്കു

തോന്നി. ആ രൂപം വലുതായി വരുന്നു. വെള്ള ഉടുപ്പിട്ട ഒരു കൂട്ടുകാരിയായി ആ രൂപം മാറുന്നു.

നിഷ ചോദിച്ചു.

കുട്ടീ നീ എവിടുന്നാ? നീ ഇവിടെ കാറ്റു കൊള്ളാനിറങ്ങിയതാണോ?

"കാറ്റോ?" കൂട്ടുകാരി പേടിച്ചു. "അയ്യോ അയാളിനി ഇവിടെയും വരോ?"

നിഷ അവളെ സമാധാനിപ്പിച്ചു.

"പേടിക്കേണ്ട കുട്ടീ. ഞാനുണ്ടല്ലോ പിന്നെ എന്റെ അച്ഛനും അമ്മയും ഉണ്ട്. പിന്നെ നിനക്കാരൊക്കെയുണ്ട്? നീയാരാണെന്ന് പറഞ്ഞില്ലല്ലോ.."

"എന്റെ അച്ഛൻ" കൂട്ടുകാരി അത്രയും പറഞ്ഞ് പടിഞ്ഞാട്ടു നോക്കി. എന്റെ അച്ഛൻ അതാ അസ്തമിക്കാൻ പോണു.

അമ്മയും അദ്ദേഹത്തെ അച്ഛൻ എന്നാ വിളിക്കാ. ഞങ്ങള് ഈ പുഴയിൽനിന്നും സമുദ്രത്തിൽ നിന്നുമൊക്കെ ജനിച്ചവരാണ്.

"അമ്മയുടെ പേരെന്താ കുട്ടീ.....?"

നിഷ ചോദിച്ചു. കൂട്ടുകാരി പറഞ്ഞു:

"മേഘം!"

"മേഘം!" നിഷ മേലോട്ട് നോക്കി. കറുപ്പും വെളുപ്പും നിറങ്ങളിടകലർന്ന മേഘങ്ങൾ ആകാശത്തുകൂടി നീങ്ങുന്നു.

"അതെ കുട്ടീ." കൂട്ടുകാരി പറഞ്ഞു.

"ഞാൻ അമ്മയോട് ചേർന്ന് ആകാശത്തുകൂടി നീങ്ങുമ്പോഴാണ് കാറ്റു വന്നത്. ആ ദുഷ്ടൻ ഒരു മലയുടെ അടുത്തുവെച്ച് എന്നെ എന്റെ അമ്മയുടെ അടുത്തു നിന്ന് തട്ടിത്തെറിപ്പിച്ചു. അമ്മയങ്ങനെ തണുത്തു വിറക്ക്യേരുന്നു."

കൂട്ടുകാരി ദുഃഖം സഹിക്കാനാവാതെ പറഞ്ഞു.

"ഇനി ഞാനെന്താ ചെയ്യാ? എനിക്കെന്റെ അമ്മയെ കാണണം....!"

നിഷ അവളുടെ തോളത്തു തട്ടി ആശ്വസിപ്പിച്ചു.

"കരയേണ്ട കുട്ടീ...."

കൂട്ടുകാരിയുടെ രൂപം മാറുന്നതായി നിഷയ്ക്കു തോന്നി. ഒരു നേർത്ത ചുടുകാറ്റു വീശി.

നിഷ ചുറ്റും നോക്കി.

കൂട്ടുകാരിയെ കാണുന്നില്ല. ഒരു ശബ്ദം കേൾക്കുന്നപോലെ.

"കുട്ടീ അയാളെന്നെ അമ്മയുടെ അടുത്ത് കൊണ്ടാക്കാമെന്ന്. ഞാൻ പോണൂട്ടോ....."

"മോളെ വാ....."

അമ്മ വിളിക്കുന്നു. നിഷ ഒന്നു ഞെട്ടി. അവൾ തന്റെ കൈത്തലത്തിൽ വീണ ആ തണുത്ത സ്പർശത്തെയോർത്ത് കൈ ചുണ്ടോടടുപ്പിച്ചു.!!

മിന്നി

മുറ്റത്തെ ചെണ്ടുമല്ലി ചെടിക്കടുത്തുകൂടി വട്ടമിട്ടു പറക്കുന്ന മിന്നാമിനുങ്ങിനെ ഉണ്ണി വിളിച്ചു.

"മിന്നീ"

മിന്നാമിന്നി ഒന്നുകൂടി വട്ടമിട്ട് ഉണ്ണിമോന്റെ അടുത്തു നിന്നു. അവൻ ചോദിച്ചു:

"നോക്കൂ മിന്നീ എല്ലായിടത്തും പ്രകാശമുള്ള ബൾബുകൾ തിളങ്ങുമ്പോൾ നീയെന്തിനാണ് ഇത്തിരി വെളിച്ചവും മിന്നിച്ചിങ്ങനെ പറക്കുന്നത്. നിന്നെ ആരു കാണാൻ? എന്തിനാണീ പ്രയോജനമില്ലാത്ത പണിക്കു പോകുന്നത്?"

മിന്നാമിന്നി അവനെ നോക്കി, പരിഹസിക്കുന്നപോലെ കണ്ണു ചിമ്മി. അതു പൊട്ടിച്ചിരിക്കുന്നപോലെ ഉണ്ണിമോനു തോന്നി. തന്നോടുള്ള അവഗണന ഉണ്ണിക്കിഷ്ടമായില്ല. ഒരു ചുള്ളിക്കമ്പെടുത്ത് മിന്നിയുടെ ദേഹത്തെ വെളിച്ചമുള്ള ഭാഗം കുത്തി വേർപെടുത്തിയാലോ എന്നവൻ ആലോചിച്ചു. മിന്നാമിന്നി അവന്റെ ഭാവം കണ്ടു ചോദിച്ചു:

"നീ എന്താണാലോചിക്കുന്നത്? എന്നെ പിടിക്കണമെന്നോ എന്റെ വെളിച്ചം എടുക്കണമെന്നോ?"

ഉണ്ണി ചിരിച്ചു. അവൻ മറുപടി പറഞ്ഞു:

"ഏയ്! അങ്ങനെയൊന്നുമില്ല. ഞാനാലോചിക്കയായിരുന്നു,

നാടെങ്ങും പ്രകാശമുള്ള നിരവധി വസ്തുക്കളുള്ളപ്പോൾ നീ ഈ ഇരുട്ടു നോക്കി ഇത്തിരി വെട്ടവുമായി പറക്കുന്നത് വിഡ്ഢിത്തമല്ലേ?"

"ആണോ?" മിന്നാമിനുങ്ങ് മറുചോദ്യം ചോദിച്ചു.

"നീ എങ്ങനെയാണ് എന്നെ കണ്ടത്?"

"കണ്ണുണ്ടായിട്ട്–" ഉണ്ണിമോന് സംശയമില്ലായിരുന്നു.

"നീ എന്നെ കണ്ടതോ?"

"നിനക്കീ മിന്നലുണ്ടായിട്ട്!"

മിന്നാമിന്നി തുരുതുരാ വെളിച്ചം പ്രകാശിപ്പിച്ചു കുലുങ്ങിച്ചിരിച്ചു.

നിന്റെ ചോദ്യത്തിന് നീ തന്നെ ഉത്തരം പറഞ്ഞല്ലോ. അങ്ങനെ, സ്വയം ചോദിക്കുക. ആലോചിച്ചു സ്വയം ഉത്തരം കണ്ടെത്തുക!. ഇനി പറയൂ ഇപ്പോൾ ഞാനെങ്ങോട്ടാണ് പോകുന്നത്?"

"ഇരുട്ടുള്ളേടത്തേക്ക്. നീ ചെല്ലുമ്പോൾ അവിടെ വെളിച്ചമാകും. ഇനി പറയൂ എന്തിനാണിങ്ങനെ വെളിച്ചവുമായി പറക്കുന്നത്?"

മിന്നാമിന്നി വീണ്ടും ചിരിച്ചു പറഞ്ഞു:

"ഉണ്ണീ നീ ഓരോ സംശയം ചോദിക്കുന്നു. ഉത്തരം കണ്ടെത്തുന്നു. എന്തിനാണത്? അറിയാനല്ലേ?"

"അതെ...."

"ഇത് നിന്റെ ഒരു സ്വഭാവഗുണമാണ്. ഞാൻ പ്രകാശിക്കുന്നതോ?"

"നിന്റെ സ്വഭാവം.."

"ഇപ്പോൾ ഉത്തരമായല്ലോ! ഉണ്ണീ ഈ ഇത്തിരിവെട്ടം ഇല്ലെങ്കിൽ ഞാനില്ല."

ഉണ്ണി മിന്നാമിന്നിക്കു നേരെ കൈനീട്ടി. മിന്നി അവന്റ വലതുകൈയിന്റെ പെരുവിരലിലിരുന്നു. അവൻ വിരലുയർത്തി..

മിന്നിയുടെ പ്രകാശം വർദ്ധിക്കുന്നു. അവനറിയാതെ ശബ്ദിച്ചു.

"ഹായ്! എന്തു ഭംഗി."

മിന്നാമിന്നിയുടെ വാൽ അല്പം നീണ്ടു. അവൻ ആ വാലിൽ പിടിച്ചു. വാലിനു നീളം കൂടുന്നതായും ബലം വർദ്ധിക്കുന്നതായും ഉണ്ണിമോനു തോന്നി. ഉണ്ണിമോൻ രണ്ടു കൈകൊണ്ടും പിടിച്ചു. അവർ മേലോട്ടുയർന്നു. മേലോട്ട് മോലോട്ട്.

നീല നിറം പരന്ന ഒരു മൈതാനത്ത് അവർ നിന്നു. ഉണ്ണിമോൻ മിന്നിയുടെ വാലിലെ പിടിവിട്ടു. അവനെപ്പോലെ ഒരു കുട്ടിയായി നില്ക്കുന്നു. അവന്റെ കണ്ണുകൾക്കു തിളക്കം.

ചതുപ്പു നിലംപോലെ തോന്നിക്കുന്ന പുൽമൈതാനം. കാൽ ശരിക്കും നിലത്തു പതിക്കുന്നില്ല. ഒരുതരം മിനുമിനുപ്പ്. അവൻ മിന്നിക്കുട്ടന്റെ കൈപിടിച്ചു നടന്നു.

"മിന്നീ.. ഹായ് പുതിയൊരാളെ കിട്ടിയല്ലോ!"

ഒരുപറ്റം കുട്ടികൾ ഓടി വരുന്നു. എല്ലാവർക്കും ഒരേ പ്രായം

ഒരേ രൂപം. ആൺകുട്ടികളോ പെൺകുട്ടികളോ എന്നു തിരിച്ചറിയുന്നില്ല. എല്ലാവരുടെ കണ്ണുകളിലും തിളക്കം. ഉണ്ണിമോൻ അത്ഭുത്തോടെ നോക്കി. അവനും അവരിലൊരാളായി.. ഉണ്ണിമോൻ മിന്നിയോടും മറ്റുള്ളവരോടുമായി ചോദിച്ചു:

"നിങ്ങളൊക്കെ ആരാണ്? ഇവിടുത്തെ എൽ കെ ജിയിലോ യു കെ ജിയിലോ പഠിക്കുന്നവരാണോ?"

കുട്ടികൾ ഒരുമിച്ചു പൊട്ടിച്ചിരിച്ചു. കിളുകിളാ എന്ന ശബ്ദം. ഉണ്ണിമോനും ചിരിക്കാൻ ശ്രമിച്ചു. അത്ഭുത്തോടെ അവരെ നോക്കിനിന്നു. ഒരേ ഭാവത്തിലും ഒരേ താളത്തിലും ഇവർക്കെങ്ങനെ ചിരിക്കാൻ കഴിയുന്നു! ആരുടെ മുഖത്തും ദുഃഖഭാവമില്ല. എല്ലാവരുടെ മുഖത്തും സന്തോഷം. കണ്ണുകളിൽ തിളങ്ങുന്ന കുസൃതി.

ഉണ്ണി ഓരോരുത്തരുടെയും ചിരി മാറിമാറി നോക്കി. ഒടുവിൽ അവനും ചിരിവന്നു. മൈതാനമാകെ കൂട്ടച്ചിരി മുഴങ്ങി. മിന്നി എല്ലാവരോടുമായി പറഞ്ഞു:

"കൂട്ടരേ, പുതിയ ആളെ നിങ്ങൾക്കിഷ്ടപ്പെട്ടൂലോ അല്ലേ. ഇതാണ് ഉണ്ണിമോൻ."

"ഉണ്ണീ, ഉണ്ണിമോനെ" എല്ലാവരും ചേർന്നു വിളിച്ചു. അവർ പരസ്പരം കൈകോർത്തു പിടിച്ചു വരിവരിയായി നടന്നു. വട്ടമിട്ടു കളിച്ചു. മിന്നി എല്ലാവർക്കും മുന്നിലായി നടന്നു. അവർ ഒരു വരിയായി പാടിത്തുള്ളി നീങ്ങി. ഉണ്ണിമോനും ശബ്ദമുണ്ടാക്കി.

ചടുകുടു ചടുകുടു
ഝും ഝും ഝും ഝും ചടുകുടു

ഒരു നീണ്ട തീവണ്ടിപോലെ കുഞ്ഞുങ്ങൾ നീങ്ങി. മൈതാനത്തിലൂടെ കുറെ ചെന്നപ്പോൾ ഒരു കൊട്ടാരത്തിനു മുന്നിൽ അവരെത്തി.

പൂമുഖത്ത് പലവർണ്ണങ്ങൾ തിളങ്ങുന്ന ഒരു കസേര. കസേരയിൽ വർണ്ണപ്പകിട്ടുള്ള വസ്ത്രങ്ങൾ ധരിച്ച ഒരു തടിച്ചസ്ത്രീ ഇരിക്കുന്നു. അവരുടെ തലയിൽ കിരീടമുണ്ട്. തോളിൽ വെള്ള മേൽമുണ്ട്. ഒരു കൈയിൽ വലിയ വിശറി. അവ പൂക്കൾകൊണ്ടു നിർമ്മിച്ചവ. അവരുടെ രണ്ടു ഭാഗത്തും വെള്ളവസ്ത്രം ധരിച്ച സ്ത്രീകൾ.

"കുഞ്ഞുങ്ങളേ,"

റാണി വിളിച്ചു. അവരൊന്നിച്ചു വിളികേട്ടു. "ഓ...."

"മക്കളേ..." വീണ്ടും വിളിയുയർന്നു.

"ഓ...." കൂടുതൽ ഉറക്കെ വിളികേട്ടു.

"നിങ്ങളുടെ വിരുന്നുകാരന് എല്ലായിടവും കാണിച്ചു കൊടുത്തുവോ? നിങ്ങളെല്ലാവരും ഉണ്ണിയുമായി പരിചയപ്പെട്ടുവോ? ഉണ്ണിമോനെ നിങ്ങൾക്കും ഉണ്ണിമോന് നിങ്ങളെയും ഇഷ്ടപ്പെട്ടോ....?"

"ഉണ്ണിമോനെ," റാണി വിളിച്ചു. അവൻ കുഞ്ഞുങ്ങൾക്കിടയിലൂടെ അവർക്കടുത്തേക്കു ചെന്നു.

"ഉണ്ണീ ...നിന്റെ നാട്ടിലെ പൂക്കളും പൂമ്പാറ്റകളും ഈ കുഞ്ഞുങ്ങളെപ്പോലെയുണ്ടോ?"

അവൻ തന്റെ ചുറ്റും നില്ക്കുന്ന കൂട്ടകാരെ ശ്രദ്ധിച്ചു. അവർക്കെല്ലാം ഓരോ പൂക്കളുടെ ഛായ. ചിലരുടെ കൈകൾ കുഞ്ഞിച്ചിറകുകളാകുന്നു.

ഉണ്ണിമോൻ കൗതുകത്തോടെ നോക്കിനില്ക്കവേ കുറേ കുട്ടികൾ കൂടി വന്നു. അവർക്കും പലതരം പൂക്കളുടെ മുഖം. ഓരേ പ്രായം. കൂട്ടത്തിൽനിന്ന് ചില കുഞ്ഞുങ്ങൾ അകന്നുപോകുന്നു. പിന്നീടവരെ കാണാതാവുന്നു.

"അയ്യോ! എന്താണിത്?" ഉണ്ണിമോൻ ഇത്തിരി ഭയത്തോടെയാണ് ശബ്ദിച്ചത്. റാണി ചിരിക്കുന്നു. ചുറ്റും കൂടിയ കുട്ടികൾ ആ ചിരിയിൽ പങ്കുചേർന്നു. അവരുടെ ചിരി നില്ക്കുന്നില്ല. വെളുക്കെ ചിരിക്കുന്നു. കണ്ണുകൾ തിളങ്ങുന്നു. എല്ലാ കണ്ണുകളും ചിമ്മിത്തുറക്കുന്നു.

ഉണ്ണിമോൻ മിഴിച്ചു നില്ക്കവേ ചിരിക്കുന്ന കുഞ്ഞുങ്ങളിൽ കുറേപ്പേർ താഴേക്കു പോകുന്നു. താഴ്ന്നു താഴ്ന്നു പോകുന്ന അവരെ നോക്കി നില്ക്കവേ ഉണ്ണിമോനോട് മിന്നി ചോദിച്ചു:

"നിനക്കും പോകണോ ഉണ്ണീ?"

"എങ്ങോട്ട്?" ഉണ്ണിമോന് മനസ്സിലായില്ല. "നമ്മള് വന്നില്ലേ. അങ്ങോട്ട്. കുറെ കുട്ടികൾ പോയത് കണ്ടില്ലേ? അവർ ഭൂമിയിലെ പൂക്കളും പൂമ്പാറ്റകളുമാണ്. എന്നെപ്പോലുള്ളവർ അവരുടെ സുഖവിവരം അന്വേഷിച്ച് ഭൂമിയിലെത്തും. വെളിച്ചമില്ലാത്തിടത്ത് വെളിച്ചം നല്കും. പകരമായി അവർ പൂമ്പൊടിയും

പൂന്തേനും തരും. ഞാനിവിടെ എത്തിയാൽ റാണി കുറച്ചുപേരെ ഭൂമിയിലേക്കയക്കും.

അവരുടെ വിവരങ്ങളറിയാൻ സന്ധ്യയോടെ ഞാനവിടെ പറന്നെത്തും."

"അതുശരി. ഇപ്പോളാണെനിക്കു മനസ്സിലായത്." ഉണ്ണിമോൻ പറഞ്ഞു. "ഭൂമിയിലെ പൂക്കളും പൂമ്പാറ്റകളുമാണ് ആകാശത്തിലെ നക്ഷത്രങ്ങൾ. അല്ലേ? അവ മാത്രമല്ല. ഞാനും."

മിന്നിയുടെ ചിരി നീണ്ടു. അവന്റെ തിളക്കം കുറഞ്ഞു. പറന്നു പോകാതിരിക്കാൻ ഉണ്ണിമോൻ മിന്നിയുടെ വാലിൽ പിടിച്ചു. അവരൊരുമിച്ചു നീങ്ങുന്നതായവനു തോന്നി. റാണിയും കൂട്ടുകാരും കൈയുയർത്തുന്നു. റാണിയുടെ മണികിലുക്കം പോലുള്ള ശബ്ദം.

"ഉണ്ണിമോനെ, ആകാശവും ഭൂമിയും ഒന്നുതന്നെയാണ്. അവിടത്തെ പൂക്കളും പൂമ്പാറ്റകളും മിന്നാമിനുങ്ങുകളും ഇവിടത്തെ നക്ഷത്രക്കുഞ്ഞുങ്ങളും ഒന്നു തന്നെയാണ്. ഒരമ്മയുടെ മക്കൾ."

മിന്നി ചോദിച്ചു: "ഉണ്ണിമോൻ കേട്ടോ?"

"ഓ!" അവൻ പറഞ്ഞു. മിന്നി തുടർന്നു. "ഒരു പൂപറിക്കുമ്പോൾ ഒരു നക്ഷത്രക്കുഞ്ഞിനെയാണ് ദ്രോഹിക്കുന്നത്. ഒരു പൂവിരിയുമ്പോൾ ഭൂമിയിൽ ഒരു നക്ഷത്രം ജനിക്കുന്നു...."

ഉണ്ണിമോൻ പറഞ്ഞു: "മിന്നി ഇനി ഞാൻ തുടരാം. ഒരു ചെടി നടുമ്പോൾ നാളെ ഭൂമിയിൽ പിറക്കാൻ പോകുന്ന ഒരു നക്ഷത്രക്കുഞ്ഞുണ്ടാകുമെന്ന് കരുതാം."

മിന്നിയുടെ പ്രകാശം വർദ്ധിച്ചു. അവൻ ഒന്നുകൂടി കൺചിമ്മിത്തുറന്നു.

"ഉണ്ണിമോനെ, ധാരാളം ചെടികൾ നടുക. ധാരാളം പൂക്കളുണ്ടാകട്ടെ. ആകാശത്തെ പൂക്കൾ ഭൂമിയിലും ഭൂമിയിലെ നക്ഷത്രക്കുഞ്ഞുങ്ങൾ ആകാശത്തും പറന്നു കളിക്കട്ടെ."

അവന്റെ വിരലിൽ നിന്നകന്ന് മിന്നി മൂളിപ്പാട്ടുപാടി.

ആകാശത്തിലെ താരകളും
മണ്ണിലെ പൂക്കളും പൂമ്പാറ്റകളും
ഉണ്ണികൾ, മിന്നാമിന്നികളും
നമ്മളെല്ലാമൊന്നാണേ......

ഉണ്ണിമോൻ മിന്നിയുടെ മൂളിപ്പാട്ട് ഏറ്റുപാടി:

നമ്മളൊന്നേ കുഞ്ഞുങ്ങളൊന്നേ
ഒന്നേ ഒന്നേ ഒന്നേ......

പറന്നുപോകവേ മിന്നാമിന്നി മിന്നിക്കൊണ്ട് പറഞ്ഞു: "ഓരോ പൂവിനും സൗഖ്യമാണോ എന്നന്വേഷിച്ച് ഓരോ സന്ധ്യക്കും ഞാൻ വരും. ഒരു പൂവിനെയും ദ്രോഹിക്കാതെ സന്മനസ്സുള്ള ഉണ്ണികൾക്കു കാണാൻ ഞാനെത്തുന്നു. ധാരാളം പൂക്കൾ വിടരുന്ന, ഒരു പൂവും കൊഴിയാത്ത ലോകമുണ്ടാവട്ടെ."

മിന്നി പറന്നകന്നു. അതുപോയ വഴിയെ ഉണ്ണി നോക്കി. മേലെ നീല മൈതാനത്ത് ആയിരമായിരം മിന്നാമിന്നികൾ! ആയിരം പൂക്കൾ, ആയിരം മിന്നികൾ, മിന്നിമിന്നി!

വെള്ളാരങ്കല്ല് സാമ്പാർ

രാവിലെ ഇഡ്ഡലിയും ചഡ്നിയും സാമ്പാറും കൂട്ടിയുള്ള പ്രാതൽ അപ്പു ആശാന് വളരെ ഇഷ്ടമായിരുന്നു. എന്നും രണ്ടു കറിവീതം ഉണ്ടാക്കുന്നതിൽ അമ്മായിക്കു മടിതോന്നി. ഒരുദിവസം അമ്മായി ആശാനോട് പറഞ്ഞു:

"ഇന്ന് ചമ്മന്തി മാത്രം മതി. സാമ്പാറുണ്ടാക്കാൻ ഇവിടെ കഷണങ്ങളൊന്നുമില്ല. കടയിൽനിന്നു വാങ്ങിക്കൊണ്ടുവരാൻ സമയവുമില്ല. പൈസയുമില്ല."

അപ്പു ആശാൻ കുറച്ചുനേരം നിശ്ശബ്ദനായിരുന്നു. പിന്നെ ആലോചിച്ചു പറഞ്ഞു: "സാമ്പാറിനെന്തിനാ കഷണം. ദേ മുറ്റത്തു കിടക്കുന്ന വെള്ളാരങ്കല്ലു കണ്ടില്ലേ അതുകൊണ്ട് ഞാൻ സാമ്പാറുണ്ടാക്കിത്തരാം."

അമ്മായിക്കു വിശ്വാസമായില്ല." വെള്ളാരങ്കല്ലുകൊണ്ട് സാമ്പാറോ. അവരത്ഭുതത്തോടെ ചോദിച്ചു. അപ്പു ആശാൻ കൂടുതലൊന്നും പറഞ്ഞില്ല. മുറ്റത്തും തൊടിയിലും നടന്ന് ഒരുപിടി വെള്ളാരങ്കല്ലുകൾ പെറുക്കിയെടുത്ത് നന്നായി കഴുകി ഒരു പാത്രത്തിലിട്ടു. വെള്ളമൊഴിച്ചു തിളപ്പിച്ച് ആശാൻ ഒന്നു പരതി. അമ്മായിയോട് പറഞ്ഞു:

"അമ്മായീ ഒരുപിടി ഉള്ളി കിട്ടാനുണ്ടോ നോക്കിക്കേ!"

"അടുക്കളയിലെങ്ങാനുമുണ്ടാവും നോക്കിയെടുത്തോ."

ആശാൻ അകത്തും കലവറയിലും തിരഞ്ഞു. കുറച്ച് ഉള്ളിയെടുത്ത് വൃത്തിയായി കഴുകി നുറുക്കി അടുപ്പത്തിട്ടു.

"ഒരു ലേശം പുളികിട്ടാനുണ്ടോ അമ്മായീ?" ആശാൻ ചോദിച്ചു.

"ആ സ്റ്റോറിൽ നോക്കിയെടുത്തോ" ആശാൻ പുളി തിരഞ്ഞെടുത്ത് അടുപ്പത്ത് കലക്കിയൊഴിച്ചു.

"രണ്ടുമണി പരിപ്പു ചേർത്താൽ നന്നായിരിക്കും." ആശാൻ പറഞ്ഞു. അമ്മായി ഒന്നും പ്രതികരിച്ചില്ല. ആശാൻ സ്റ്റോറിൽ തിരഞ്ഞു. ഒരു പൊതിയിൽനിന്ന് കുറച്ച് പരിപ്പെടുത്ത് കഴുകി അടുപ്പത്തിട്ടു. ഒരു നുള്ള് മസാലപ്പൊടി.. ആശാൻ പിറുപിറുത്തുകൊണ്ട് സ്റ്റോറിലെ അലമാരയിൽനിന്ന് മല്ലിപ്പൊടിയെടുത്ത് കറിയിൽ ചേർത്തു.

കറി നന്നായി തിളച്ചു മണം വന്നപ്പോൾ അമ്മായി ചോദിച്ചു.

"ആശാനേ, ഉപ്പു ചേർത്തുവോ?" ആശാൻ ഉപ്പു ചേർത്തു. ഇതിനിടയിൽ പാത്രത്തിലെ വെള്ളാരങ്കല്ലുകൾ തവികൊണ്ടെടുത്ത് മാറ്റിവെച്ചു. അമ്മായിയോട് പറഞ്ഞു:

"സാമ്പാറിൽ കടുക് വറുക്കാൻ അമ്മായി തന്നെയല്ലേ നല്ലത്?"

അതുവരെ മടിപിടിച്ചിരുന്ന അമ്മായി എഴുന്നേറ്റു പറഞ്ഞു:

"വറുത്തിടൽ ഞാൻ ചെയ്തോളാം. അതും പറഞ്ഞ് അവർ തവികൊണ്ട് തുള്ളി സാമ്പാറെടുത്ത് കൈവെള്ളയിലിറ്റിച്ച് നക്കി നോക്കി പറഞ്ഞു:

"അടിപൊളിയായിട്ടുണ്ട്."

"കഷണം നാളേക്കും ആവാം. ബാക്കിയുണ്ട്." മാറ്റിവെച്ച വെള്ളാരങ്കല്ലുകൾ ചൂണ്ടി ആശാൻ പറഞ്ഞു.

വീണയുടെ വില

കണ്ണൻ അമ്മയോടൊപ്പം പുഴയിലേക്കു നടന്നു. അമ്മയുടെ കൈയിൽ ചാക്കുകളും മൺവെട്ടിയുമുണ്ട്. കണ്ണനും ഒരു ചാക്കെടുത്തിട്ടുണ്ട്.

പുഴയിൽനിന്ന് ചാക്കിൽ മണൽ കോരി നിറയ്ക്കുക. കരയ്ക്കെത്തിച്ചാൽ ഒരു ചാക്ക് മണലിന് നാലുരൂപ കിട്ടും.

കണ്ണൻ അമ്മയെ സഹായിക്കും. അമ്മയുടെ എളിയിലുള്ള കുഞ്ഞനുജത്തിയെ തൊട്ടിത്തുണിയിൽ കിടത്തി മരക്കൊമ്പത്തു തൂക്കും. കണ്ണൻ ആട്ടിയുറക്കും.

റോഡരികിൽ കമ്പുകൾ നാട്ടി തുണികൊണ്ടു മൂടിയതാണ് വീട്. രാവിലെ പോകുന്ന പെരിയ മാമൻ രാത്രി എപ്പോഴെങ്കിലുമാണ് എത്തുക. മാമനെ കാണുമ്പോൾ കണ്ണന് പേടി തോന്നും. ചുവന്ന കണ്ണുകളും ചുരുട്ടി മേലോട്ടു കയറ്റിയ മീശയും. ശരീരമാകെ കരിമ്പനയീരപോലെ കറുത്ത രോമങ്ങൾ.

"ആരെടീ അവിടെ.?"

മാമന്റെ ശബ്ദം കേട്ടാൽ കമിഴ്ന്നടിച്ചു കിടക്കുകയാണ് പതിവ്.

അമ്മ പുഴയിലേക്കിറങ്ങുമ്പോ "കണ്ണാ വെയിലു കൊള്ളാതെ മോളെ നോക്ക്."

പന്തലിച്ച ആൽമരത്തിൽ സാരികൊണ്ട് തൊട്ടിലുണ്ടാക്കി

കുഞ്ഞുമോളെ കിടത്തി. ഒരു വിരൽ വായിലിട്ട് കുഞ്ഞ് കണ്ണടച്ചു.

അമ്മ അകലേക്കു നടന്നുപോയി, ഒരുഭാഗത്തിരുന്ന് ചാക്കിൽ മണൽ നിറയ്ക്കാൻ തുടങ്ങി.

ചൂടുള്ള കാറ്റ്. കണ്ണിൽ മണൽത്തരികൾ വീഴുന്നു. അവനെഴുന്നേറ്റു പോകാനൊരുങ്ങി. വല്ലാത്ത വിശപ്പും ദാഹവും. പുഴയിൽനിന്ന് കുറച്ചുവെള്ളം മുക്കിക്കുടിക്കണം. അവനെഴുന്നേറ്റു.

രാരീരി രാരീരം രാരീരം.....

അകലെനിന്നു കേൾക്കുന്ന സംഗീതം. അവൻ ചുറ്റും നോക്കി. ഒരു വൃദ്ധൻ നടന്നുവരുന്നു. നീണ്ട മുടിയും താടിയും, മുണ്ട്, മുഷിഞ്ഞ വസ്ത്രം, കൈയിലൊരു വീണ. തോളിൽ മാറാപ്പ്.

രാരിരാരീരം......വീണയുടെ ശബ്ദമാണ്. അയാൾ അടുത്തടുത്ത് വന്നു.

ആലിന്റെ ചുവട്ടിലെ ഉയർന്ന വേരിൽ കുന്തിച്ചിരുന്ന് കൈയിലെ വീണയിൽ കോലുകൊണ്ടുരസി. കണ്ണൻ നോക്കിക്കൊണ്ടു നിന്നു.

“ശരവണപ്പൊയ്കയിൽ നീരാടി......”

വീണമീട്ടിയ രാഗത്തിനൊപ്പം വൃദ്ധന്റെ ശബ്ദയമുയർന്നു. വരണ്ട പുഴയിലെ മണൽക്കാറ്റിനോടൊപ്പം പാട്ടിന്റെ അലകൾ അലിഞ്ഞ് അലകളായി.

കണ്ണൻ അയാൾക്കടുത്തേക്ക് പതുക്കെ നടന്നുചെന്നു. ആ വീണയിൽ സൂക്ഷ്മമായി നോക്കി. ഒരു ചിരട്ടയുടെ മുഖം തോൽകൊണ്ട് മൂടിയിരിക്കുന്നു. അതിൽ ഒരു വടിക്കഷണം ഘടിപ്പിച്ച് കാലിന്റെ മുന്നിൽ നേർത്ത കയർ വലിച്ചുകെട്ടിയുണ്ടാക്കിയ വീണ. വായനക്കോലും അയാളുണ്ടാക്കിയതു തന്നെ. ഒരു വളഞ്ഞ ചുള്ളിക്കമ്പിൽ വലിച്ചുകെട്ടിയ ഈര. രാരീരിരാരീരം....

കണ്ണൻ അയാൾക്കടുത്തുചെന്നു. സ്വയം മറന്നു പാടിയിരുന്ന വൃദ്ധൻ പാട്ടുനിർത്തി, അവനെ തുറിച്ചു നോക്കി. “ഉം?” അയാൾ മൂളി ചോദിച്ചു.

“ഊഉഊം” കണ്ണനും മൂളി. അയാൾ കളിവീണയിൽ ഉരസിക്കൊണ്ടിരുന്നു.

“ഒന്നു തൊടട്ടെ?” അവൻ നേരെ വിരൽ ചൂണ്ടി ചോദിച്ചു. വൃദ്ധൻ അവനെ ഉറ്റു നോക്കി. “ഉം?” വീണ്ടും ചോദ്യം. “നല്ല രസണ്ട്.” കണ്ണൻ പറഞ്ഞു. വൃദ്ധൻ തന്റെ സഞ്ചിയിൽ കൈയിട്ടു. ഒരു ചിരട്ടയും കയറുമെടുത്തു നീട്ടി. ഒരു കടലാസു തുണ്ടും. എന്നിട്ടയാൾ മൂളി. “ഉം.....”

അവ കൈയിലെടുത്ത് എന്തുവേണമെന്നറിയാതെ കണ്ണനെ നോക്കി, വൃദ്ധൻ എഴുന്നേറ്റു. കൈയിലെ വീണമീട്ടിക്കൊണ്ടുനടന്നു. രാരീരാരിരം.... ഈണത്തോടൊപ്പം അയാൾ മൂളിപ്പാട്ടു തുടർന്നു. “ശരവണപ്പൊയ്കയിൽ നീരാടി.”

അയാൾ നടന്നു നീങ്ങി. അകലേക്കക്കലേക്ക്. കണ്ണൻ നോക്കി നില്ക്കെ ഒരുപാടു ദൂരം അയാൾ അപ്രത്യക്ഷനായി.

അന്ന് മണൽച്ചാക്കുകൾ നേരത്തെ വിറ്റു തീർന്നു. അമ്മ അവനെ വിളിച്ചു. മണൽപ്പരപ്പിൽ അകലേക്കു നോക്കി നില്ക്കുന്ന കണ്ണൻ ആ വിളി കേട്ടില്ല. അവർ നീട്ടി വിളിച്ചു. “കണ്ണാ...”

അവൻ ഞെട്ടി. കൈയിൽ ചിരട്ടയും കടലാസു കഷണവുമായി നില്ക്കുന്ന കണ്ണൻ മൂളാൻ ശ്രമിച്ചു. രാരിരാരീരം.....

“വാടാ ഇവിടെ, നേരമെത്രായീന്നറിയ്യോ?”

അവർ നടന്നു. കുടിയിലെത്തിയ കണ്ണൻ വീണയുണ്ടാക്കാൻ ശ്രമിച്ചു. കടലാസു തുണ്ട് ചിരട്ടയുടെ മുഖത്ത് വറ്റു പശയാക്കി തേച്ച് ഒട്ടിച്ചു. ഒരു വടിക്കഷണം തിരുകി കയർ വരിഞ്ഞു കെട്ടി. ഒരു ചുള്ളിക്കമ്പെടുത്ത് ചരടിൽ ഉരസി. ശ്ശ് എന്ന ശബ്ദം.

കണ്ണനു സങ്കടം വന്നു. പലതരം നാരുകൾ ഉപയോഗിച്ചു നോക്കി. വാഴനാരു പിടിച്ചുകെട്ടി.

രാത്രി ഉറങ്ങാൻ കഴിഞ്ഞില്ല. കളിവീണ പലരീതിയിൽ കെട്ടി നോക്കി. രാരീരാരീരം പുറത്തു വരുന്നില്ല. ഉറക്കച്ചടവിൽ ചീർത്ത കണ്ണുമായി പുലർച്ചയോടെ അവൻ കുടിലിന്റെ തൂണു ചാരിയിരുന്നു. കളിവീണ ഒരു വിധത്തിൽ കെട്ടിയുറപ്പിച്ചു. ചുള്ളിക്കമ്പിന്റെ അറ്റത്തും കടയ്ക്കലും നൂൽച്ചരടുകെട്ടി. മനസ്സിൽ വൃദ്ധനെ ഓർത്തു വായനക്കോലുരസി. രാരിരാരീരം....

ആഹാ! അവൻ സ്വയം മറന്നു ‘ലാലാലാ’ എന്നു പാടി വീണ മീട്ടി.

“ആരെടാ അത്?”

പെരിയമാമന്റെ ശബ്ദം. കണ്ണൻ ഞെട്ടി. മാമൻ കണ്ണുതിരുമ്മിക്കൊണ്ടു വന്നു.

"എന്തെടാ ദ്?" കണ്ണൻ ഭയന്നെഴുന്നേറ്റു.

"കളിവീണ"– അവൻ പറഞ്ഞു.

"ബീണ! ഹെ! പോയ് വേലേയ് പാരടാ–" അയാൾ വീണ പിടിച്ചു വാങ്ങി നിലത്തെറിഞ്ഞ് ഒരു ചവിട്ടുകൊടുത്തു. ചിരട്ട ഉടഞ്ഞു തകർന്നു.

"അമ്മാ....." അവൻ കരഞ്ഞു.

"അമ്മ, പോടാവ്ടന്ന്!" മാമൻ കണ്ണന്റെ പിടലി പിടിച്ച് ഊക്കോടെ മുന്നോട്ടു തള്ളി. അവൻ നേരെ മുന്നോട്ടു നീങ്ങി.

കണ്ണൻ ഓടി നേരെ മുന്നോട്ട്. പുഴയിലെത്തിയപ്പോൾ നിന്നു. മണൽപ്പരപ്പിൽ അവന്റെ കണ്ണുകൾ ഉഴറി. വെയിൽ പരന്നുകൊണ്ടിരിക്കുന്നു. വരണ്ട പുഴയുടെ ഒരരികിൽ മാത്രം നേർത്ത നീരൊഴുക്ക്.

കണ്ണൻ മണൽപ്പരപ്പിലൂടെ നടന്നു. എത്രദൂരം പോയെന്നറിയില്ല. കാലു കുഴഞ്ഞപ്പോൾ നിന്നു. മണൽക്കാറ്റിൽ തലയിലും മുഖത്തും പൊടിയും മണൽത്തരികളും ചിതറി. അവൻ കണ്ണു തിരുമ്മി. പടിഞ്ഞാട്ടു നോക്കിക്കൊണ്ടു നിന്നു.

വയ്യ. ഇനി നടക്കാൻ വയ്യ.

അകലെ നിന്ന് ഒരു കറുത്ത നിഴൽ വരുന്നപോലെ തോന്നി. അത് അടുത്തടുത്ത് വരുന്നു. കണ്ണൻ അനങ്ങാതെ നിന്നു. രാരിരാരീരം മൂളുന്നുണ്ട്. കൈയിൽ കളിവീണ, തോളത്തു സഞ്ചി.

വൃദ്ധൻ നടന്നടുത്തു. കണ്ണന്റെ മുന്നിൽ നിന്നു.

"ഉം" വൃദ്ധൻ മൂളി.

"എന്റെ വീണ.... കളിവീണ–ങ്ഹും" അവൻ പൊട്ടിക്കരഞ്ഞു. തന്റെ ഉടഞ്ഞ കളിവീണയെ ഓർത്തു വിതുമ്പി. വൃദ്ധൻ അതു നോക്കി അല്പനേരം നിന്നു.

"ഉം കൈനീട്ട്!" കണ്ണൻ കൈനീട്ടി.

അയാൾ തോളത്തെ സഞ്ചിയിൽ കൈയിട്ട് ഒരു കളിവീണ പുറത്തെടുത്തു.

"ഉം...." അയാൾ മൂളി. അവന്റെ രണ്ടു കൈകളിലുമായി കളിവീണ വെച്ചുകൊടുത്തു.

കണ്ണൻ അനങ്ങാതെ നിന്നു. വൃദ്ധന്റെ കൈ വീണ്ടും സഞ്ചി

യിൽ താഴ്ന്നു. മടക്കിപ്പിടിച്ച കൈ കണ്ണന്റെ കൈകളിലേക്കു നിവർത്തി.

കുറെ നാണയത്തുട്ടുകൾ. വീണ്ടും സഞ്ചിയിൽനിന്ന് നാണ്യങ്ങൾ വാരി അവന്റെ കൈയിൽ വെച്ചു. കൈനിറഞ്ഞു. അവ മണലിൽ വീണു. വീണ്ടും വാരിയെടുത്ത നാണ്യങ്ങൾ അവന്റെ തലയിൽ വെച്ചു.

അയാൾ തിരിഞ്ഞു നടന്നു.

കണ്ണൻ എന്തെന്നറിയാതെ മിഴിച്ചു നിന്നു. കൈയിൽനിന്നും തലയിൽനിന്നും നാണയത്തുട്ടുകൾ ഉരുണ്ടുവീണുകൊണ്ടേയിരുന്നു...........

നിളയോളം തുള്ളിത്തുള്ളി

നേർത്ത ശബ്ദത്തോടെ തുള്ളിയൊഴുകുന്ന പുഴയിലെ ഓളങ്ങളിലേക്ക് നോക്കി ഉണ്ണിക്കുട്ടൻ നിന്നു. തീരത്തെ പുല്ക്കതിരുകൾ വെള്ളത്തിലേക്കു ചാഞ്ഞു നില്ക്കുന്നു. കാറ്റത്തു പുല്ച്ചെടികൾ താഴുകയും ഉയരുകയും ചെയ്യുന്നു. അവയുടെ അറ്റത്തെ വെള്ളത്തുള്ളികൾ സൂര്യ വെളിച്ചത്തിൽ തിളങ്ങുന്നു.

ഉണ്ണിക്കുട്ടൻ പുൽനാമ്പുകളിലെ വെള്ളത്തുള്ളികൾ കാൽകൊണ്ട് തട്ടിത്തെറിപ്പിച്ചു നടന്നു.

തിളങ്ങുന്ന ഒരു പുല്ക്കതിരിന്റെ അറ്റത്ത് ഒരു തുമ്പിയിരിക്കുന്നു.അവൻ കുനിഞ്ഞ് അടുത്തു ചെന്നു. പിടിക്കാനായി കൈ നീട്ടി. തുമ്പി പെട്ടെന്ന് പറന്ന് അടുത്തൊരു പുല്ക്കതിരിലിരുന്നു. കുട്ടൻ രണ്ടു വിരൽ ചേർത്തുപിടിച്ച് തുമ്പിക്കടുത്തേക്ക് ചെന്നു. അത് ചിറകു വിറപ്പിച്ച് പറന്നുയർന്ന്, അടുത്തുകണ്ട ഒരു കൊച്ചുചെടിയുടെ പൂവിലിരുന്നു. ഉണ്ണിക്കുട്ടൻ അതിന്റെ പിറകെ കൂനു കൂന് നടന്നു. വിരലുകൾ ചവണപോലെ കൂർപ്പിച്ചു പിടിച്ചു.

"എടീ തുമ്പിപ്പെണ്ണേ, നീ എന്നെ കളിപ്പിക്കുവാണോ? നിന്നെപ്പിടിച്ചിട്ടു തന്നെ കാര്യം." ഉണ്ണിക്കുട്ടൻ പിറുപിറുത്തു. അവൻ അടുത്തെത്തുമ്പോൾ തുമ്പി പറന്നുയരും. അധികം ദൂരം പോകാതെ അടുത്തൊരു പുല്ക്കതിരിലോ കുറ്റിച്ചടികളിലെ പൂവിലോ ഇരിക്കും. ഉണ്ണിക്കുട്ടൻ അടുത്തെത്തിയാൽ പറക്കും.

ഒരു പൂവിലിരുന്ന തുമ്പിയെ പിടിക്കാനാഞ്ഞ അവൻ അതിന്റെ വാലിൽ തൊട്ടു. തുമ്പി ഞെട്ടിപ്പറന്നു. പെട്ടെന്ന് ബ്ധും എന്നൊരു ശബ്ദം കേട്ട് ഉണ്ണിക്കുട്ടനും ഞെട്ടി. ഒരു പോക്കാച്ചി ത്തവള. അവനും തുമ്പിക്കു പിറകെ തക്കം നോക്കി ചാടി നട ക്കുകയാണ്, തരംകിട്ടിയാൽ നാവു നീട്ടി അകത്താക്കാൻ.

ഒരു തൊട്ടാവാടി പൂവിനു മുകളിലിരുന്ന തുമ്പിയെ അവൻ പതുങ്ങി നിന്നു നോക്കി. തുമ്പി തേൻ കുടിക്കുകയാണ്. ഉണ്ണി ക്കുട്ടൻ നെടുവീർപ്പടക്കി നിന്നു. കൊടിലുപോലെ കൈ നീട്ടി തുമ്പിയുടെ വാലിൽ പിടികൂടി. അവൾ കിർർ കിർർ എന്ന ശബ്ദ മുണ്ടാക്കി പിടഞ്ഞു. ഉണ്ണിക്കുട്ടന്റെ വിരലിൽനിന്ന് ഊർന്നു കിർർ എന്ന ശബ്ദമുണ്ടാക്കി പറന്നു.

പിറകിൽനിന്ന് പ്ലും പ്ലും എന്നൊരു ശബ്ദം. തുടർന്ന് പോ ക്രോം, ക്റോം എന്ന ദയനീയ ശബ്ദം. ഉണ്ണിക്കുട്ടൻ പേടിച്ച് തിരിഞ്ഞുനോക്കി. പോക്കാച്ചിത്തവളയുടെ പകുതിഭാഗം മൂർഖൻ പാമ്പിന്റെ വായിൽ. തവള കൈകുടഞ്ഞ് ഉറക്കെ ചീറു ന്നു. പേക്രോം-ക്രായ് ക്രായ്...!!

ഉണ്ണിക്കുട്ടൻ കുനിഞ്ഞുനിന്ന് മണ്ണും ചെളിയും കൂടി വാരി യെടുത്ത് പാമ്പിനെ എറിഞ്ഞു. തവളയെ വായിലിട്ട് അതു പിട ഞ്ഞു. തവള ശക്തിയായി കൈയും കാലും കുടഞ്ഞു. പാമ്പിന്റെ വായിൽ നിന്നു തെറിച്ചു. ചാടിച്ചാടി പുഴയിലെത്തി. ഓളങ്ങൾക്കു മീതെ ചാടിച്ചാടി നീങ്ങി.

പാമ്പ് തലയുയർത്തി ഉണ്ണിക്കുട്ടനു നേരെ നോക്കി. "ഫൂ ഫൂ" എന്ന് ശബ്ദിച്ചു. വളഞ്ഞു പുളഞ്ഞു പുഴയിലേക്കെടുത്തു ചാടി. ഒഴുക്കിനു മീതെ ഉയർന്നും താണും നീന്തി നീങ്ങി.

ഉണ്ണിക്കുട്ടൻ നദിക്കടുത്തേക്കോടി. തവളയെയും മൂർഖൻ പാമ്പിനെയും വളരെ മുമ്പ് പറന്ന തുമ്പിയേയും നോക്കി. ഒന്നി നെയും കാണുന്നില്ല. കുണുങ്ങിയൊഴുകുന്ന ഓളങ്ങൾ മാത്രം.!

അകലെ ഒരു മനുഷ്യനിരിക്കുന്നു. മുടി മേലോട്ടു കെട്ടി ചപ്ര പിടിച്ച വസ്ത്രവുമായി ഒരു കാവി വേഷധാരി. ഒരു നീണ്ട വടി യുടെ അറ്റത്ത് നീണ്ട നൂൽച്ചരട്. അത് വെള്ളത്തിലിട്ടു ചുഴറ്റി. അയാൾ ഒറ്റ വലി. ചരടിന്റെ അറ്റത്ത് കുടുങ്ങിയ പാമ്പ്.! അതു കിടന്നു പുളയുന്നു. സന്ന്യാസി കയർ പിടിച്ച് പാമ്പിനെ കടന്നുപിടിച്ചു. പടത്തിനു താഴെ മുറുകിയ പിടിയിൽ പെട്ട് പാമ്പ്

വാലിട്ടടിച്ചു.

"എടാ! നീ അത്ര വിളയേണ്ടെടാ മൂർഖാ! നിനക്കാ തവളയെ വേണം അല്ലേടാ.! ഞങ്ങളീ നിളയുടെ മക്കളാണെടാ. വേണോങ്കി വല്ല പുല്ലും ഇലയും പറിച്ചു തിന്നു വിശപ്പടക്കിക്കോ..!"

അയാൾ പാമ്പിനെ പിടിച്ചു ചുഴറ്റി ദൂരേക്കെറിഞ്ഞു. അകലെ വെള്ളത്തിലേക്ക് പ്ലും എന്ന ശബ്ദത്തോടെ തെറിച്ചു വീണു.

"ഹാ ഹാ! ഹാ!...." സന്ന്യാസി പൊട്ടിച്ചിരിച്ചു. എല്ലാം കൗതുകത്തോടെ നോക്കിനില്ക്കുന്ന ഉണ്ണിക്കുട്ടനെ അദ്ദേഹം കണ്ടു.

"കുട്ടാ... വരൂ....." സന്ന്യാസി അവനെ വിളിച്ചു. കുട്ടൻ സംശയിച്ചു നിന്നു.

"വാടോ കുട്ടൻ കുട്ടാ...." സന്ന്യാസി ചിരിച്ചുകൊണ്ടവനെ വിളിച്ചു. ഉണ്ണിക്കുട്ടൻ പതുക്കെ നടന്ന് അയാൾക്കടുത്തെത്തി. അടുത്തൊരു തുണിക്കെട്ട്. ഒന്നു രണ്ടുപാത്രങ്ങൾ. സന്ന്യാസി അവന്റെ നേരെ നിന്നു. എല്ലാം കണ്ടില്ലേ?

സന്ന്യാസി ചോദിച്ചു. അവനങ്ങോട്ട് ചോദിച്ചു:

"എന്ത്?"

"ഹും ഹും!...." സന്ന്യാസി ചിരിച്ചുകൊണ്ട് ചോദിച്ചു. "പുഴ ഒഴുകുന്നതു കണ്ടില്ലേ?"

രണ്ടുപേരും പുഴയിലേക്കു നോക്കി. ഉണ്ണിക്കുട്ടൻ പറഞ്ഞു; "കണ്ടു".

"ഈ നിളയിലെ ഓളങ്ങൾ എല്ലാം കണ്ടു. നിന്നെയും എന്നെയും കണ്ടു. മനസ്സിലായോ?"

"ഉം" സന്ന്യാസിയുടെ ചോദ്യത്തിന്റെ ഉദ്ദേശ്യം മനസ്സിലാവാതെ ഉണ്ണിക്കുട്ടൻ മൂളി. സന്ന്യാസി തുടർന്നു.

"അതാ അകലെ പറന്നുപോകുന്നു ഒരു തുമ്പി. കുട്ടനതിനെ പിടിക്കാൻ ശ്രമിച്ചു കിട്ടിയില്ല. തുമ്പി രക്ഷപ്പെട്ടു അല്ലേ...?"

അവൻ മൂളി.

സന്ന്യാസി ഇടതുകൈയിന്റെ ഒരു വിരൽ മടക്കി പറഞ്ഞു.

"അതൊന്ന്"

രണ്ടാമത്തെ വിരൽ മടക്കി തുടർന്നു. "ഇനി രണ്ട്"

"ഒരു തവള തുമ്പിയെ പിടിക്കാൻ ചാടിച്ചാടി വന്നു. അവന്റെ വായിൽ നിന്നും തുമ്പി രക്ഷപ്പെട്ടു. അതും കണ്ട് നിള."

"ഊം?"

"ഉം!" ഉണ്ണിക്കുട്ടൻ മൂളി. സന്ന്യാസി പറഞ്ഞു. "മൂന്നാമത്തേതു നീ പറ."

"പാമ്പ്" ഉണ്ണിക്കുട്ടൻ പറഞ്ഞു നിർത്തി.

"അതെ!" സന്ന്യാസി തുടർന്നു. "പാമ്പ് തവളയെ പിടിക്കാൻ ഒരു പാട് ശ്രമിച്ചു. അതിന്റെ വായിൽനിന്ന് വളരെ ബുദ്ധിമുട്ടിയാണെങ്കിലും തവള രക്ഷപ്പെട്ടു."

“ആ പാമ്പിനെ നിങ്ങൾ!” ഉണ്ണിക്കുട്ടൻ പറഞ്ഞു തുടങ്ങുമ്പോഴേക്കും സന്ന്യാസി പറഞ്ഞു തുടങ്ങി. “പാമ്പിനെ ഞാൻ പിടിച്ചത് വേദനയെന്തെന്ന് അവന് മനസ്സിലാക്കിക്കൊടുക്കാൻ വേണ്ടിയാണ്. നിനക്ക് മനസ്സിലായോ?

ആരും ആരേയും ഉപദ്രവിക്കരുത്. എനിക്കുവേണമെങ്കിൽ സർപ്പത്തിനെ കൊല്ലാമായിരുന്നു. അവനത് മനസ്സിലായിക്കാണണം, ഞാനവനെ കൊല്ലാതെ വിട്ടതാണെന്ന്. കണ്ടോ, നിളയുടെ ഓളങ്ങൾ തുള്ളിത്തുള്ളി ചിരിക്കുന്നത്? നമ്മുടെ വർത്തമാനങ്ങൾ ആ കുഞ്ഞോളങ്ങൾ കേട്ടിരിക്കുന്നു...” സന്ന്യാസി പറഞ്ഞു നിർത്തി.

ഉണ്ണിക്കുട്ടൻ കുറേ നേരം സന്ന്യാസിയെ നോക്കി നിന്നു. അയാൾ കൈക്കുമ്പിളിൽ വെള്ളമെടുത്ത് കുടുകുടാ കുടിച്ചു.

“ഉണ്ണിക്കുട്ടാ....” അമ്മയുടെ വിളികേട്ട് അവൻ തിരിയെ നടന്നു. സന്ന്യാസി കൈക്കുമ്പിളിൽ വീണ്ടും വെള്ളമെടുത്തു.

ഒരു സ്വർണ്ണത്തുമ്പി നിളയോളങ്ങൾക്കുമീതെ തൊട്ടുരുമ്മി പറക്കുന്നുണ്ടായിരുന്നു.

ചിങ്കന്റെ പാട്ട്

ചിങ്കൻ കഴുത വൈകുന്നേരങ്ങളിൽ ഒന്നു പുറത്തിറങ്ങും. രാവിലെ മുതൽ അലക്കുതുണി ചുമന്നു നടക്കുന്ന ചിങ്കനെ വൈകിട്ട് സ്വതന്ത്രനാക്കി വിടുക അലക്കുകാരന്റെ പതിവാണ്. വീടിനടുത്തുള്ള തൊടിയിലും പടിക്കലുള്ള പറമ്പിലും വയലിലും നടന്ന് പുല്ലും ഇലകളും തിരഞ്ഞ് മേയുകയാണവന്റെ പതിവ്.

ഒരുദിവസം ചിങ്കൻ വയൽവരമ്പിലൂടെ പുല്ലു കാർന്നുതിന്നു നടക്കുമ്പോൾ ഒരു കൂവൽ കേട്ടു. "ഓഓ ഒക്കെ.....ഓ!" ചിങ്കൻ തലയുയർത്തി ചുറ്റും നോക്കി. പുല്ലുകൾ വളർന്നുനില്ക്കുന്ന ഒരു മൂലയിൽ നിന്ന് ഒരു കുറുക്കൻ തലയുയർത്തി ഓരിയിടുന്നു. ചിങ്കൻ കുറച്ചടുത്തേക്കു ചെന്നു. കുറുക്കന്റെ ശബ്ദം അവനിഷ്ടപ്പെട്ടു. ഇത്രയുമുറക്കെ കൂവാൻ അവനെങ്ങനെ കഴിയുന്നു! ചിങ്കൻ തലയുയർത്തി ശബ്ദമുണ്ടാക്കാൻ ശ്രമിച്ചു. 'കക്ക' എന്ന് ചുമയായി മാറി.

കുറുക്കൻ കഴുതയെ കണ്ടു. അവൻ അവന്റെ അടുത്തേക്കു ചെന്നു. രണ്ടുപേരും ചങ്ങാതിമാരായി. കഴുത കുറുക്കന്റെ ശബ്ദം അനുകരിക്കാൻ ശ്രമിച്ചു. രണ്ടുപേരും ഒരുമിച്ച് ഓരിയിട്ടു. ഓ... ഓ...കേ...ക്കേ..ചിങ്കന്റെ കൂവൽ ബാ ബാ എന്നായി.

ശബ്ദം കേട്ട് രണ്ടുമൂന്ന് കുറുക്കൻമാർ ഓടിവന്നു. കഴുതയ്ക്കു ഭയമായി. ഇവർ തന്നെ ഉപദ്രവിക്കുമോ!

വരയൻ കുറുക്കൻ പറഞ്ഞു: “പേടിക്കണ്ട ചങ്ങാതീ ഇവർ നമ്മുടെ കൂട്ടുകാരാണ്. നിന്നെ ഞങ്ങളുടെ സംഗീതം പഠിപ്പിക്കുവാൻ വന്നതാണിവർ. ഞങ്ങൾ ചെയ്യുന്നതുപോലെ ചെയ്യുക. ഞങ്ങൾ ശബ്ദിക്കുന്നതുപോലെ ശബ്ദിക്കുക.”

കുറുക്കന്റെ സുഹൃത്തുകൾ കാൽ മടക്കി ഇരുന്നു. ശിരസ്സു മേലോട്ടുയർത്തി ശബ്ദമുയർത്തി. “ഓ ഓ ഒക്കെ ഒക്കെ ഓ”

ചിങ്കൻ കാൽ കുത്തി മടക്കിയിരുന്നു. ശിരസ്സുമേലോട്ടുയർത്തി, ശബ്ദമുണ്ടാക്കി, “ബ്ലോ ബ്ലോ...”

കുറുക്കൻമാർ പൊട്ടിച്ചിരിച്ചു. വരയൻ കുറുക്കൻ നിർദ്ദേശിച്ചു:

“ചങ്ങാതി ഇങ്ങനെ കരഞ്ഞതുകൊണ്ടായില്ല. രാത്രിയിൽ പരിശീലിക്കുക. ഞാൻ തൊടിയിലൊരു പൊന്തയിലിരുന്ന് ഓരിയിടാം. നീ അതുകേട്ട് ശബ്ദിച്ചാൽ മതി.”

അന്നു രാത്രി തൊടിയുടെ മൂലയിൽ പതുങ്ങി ഇരുന്ന് കുറുക്കൻ ഓരിയിട്ടു. “ഓ ഓ ഓ ക്കേ”

കഴുത തൊഴുത്തിൽനിന്ന് കുറുക്കന്റെ ശബ്ദം അനുകരിച്ച് അമറി.

കഴുതയുടെ വികൃതമായ ശബ്ദം കേട്ട് അലക്കുകാരൻ പരിഭ്രമിച്ചു. തന്റെ കഴുതയ്ക്കെന്തോ പന്തികേടുണ്ട്. അയാൾ തൊഴുത്തിൽ ചെന്ന് പരിശോധിച്ചു. കഴുതയുടെ കഴുത്തിൽ തട്ടിത്തടവി. അയാൾ അകത്തു പോയപ്പോൾ കഴുത വീണ്ടും പ്രാക്ടീസ് ആരംഭിച്ചു. തന്റെ കഴുതയ്ക്ക് കാര്യമായെന്തോ അസുഖമാണെന്നയാൾ കരുതി.

പിറ്റേന്ന് കാലത്ത് കഴുതയേയും കൊണ്ട് അയാൾ മൃഗാസ്പത്രിയിലെത്തി. ഡോക്ടർ കഴുതയെ പരിശോധിച്ചു. കഴുതയുടെ തൊണ്ട പരിശോധിച്ചു. വയറ്റത്തും മുതുകത്തും തട്ടി. കാര്യമായ അസുഖമൊന്നും കാണുന്നില്ല.

തൊണ്ടയിലെന്തെങ്കിലും തകരാറുണ്ടായിരിക്കും. ഏതായാലും ഒരു ഇഞ്ചക്ഷൻ കൊടുത്തു കളയാം. ഡോക്ടർ കഴുതയുടെ പിടലിക്കുള്ള ഞരമ്പിൽ ഒരിഞ്ചക്ഷൻ കൊടുത്തു.

കഴുത വേദനകൊണ്ടു പുളഞ്ഞു. അവൻ ഉറക്കെ അമറി. സ്വന്തം ശബ്ദത്തിൽ, ബ്റാാ....

“കഴുതയുടെ അസുഖം മാറിയല്ലോ” ഡോക്ടർ പറഞ്ഞു.

അലക്കുകാരൻ ചിങ്കനെ വീട്ടിലേക്കു കൊണ്ടുവന്നു.

വൈകുന്നേരം മേയാനിറങ്ങിയ ചിങ്കന്റെ അടുത്തേക്കു വരയൻ കുറുക്കൻ ഓടിവന്നു. "എങ്ങനെയുണ്ട് ചങ്ങാതീ? നന്നായി പാടാൻ ശീലിച്ചുവോ?"

ചിങ്കൻ ഒന്നും മിണ്ടിയില്ല. കുറുക്കൻ കുറേക്കൂടി അടുത്തേക്കു വന്നു. ചിങ്കൻ ഒന്നു പിന്തിരിഞ്ഞു നിന്നു. പിൻകാൽ കൊണ്ട് ഒറ്റച്ചവിട്ട്.

വരയൻ കുറുക്കൻ തെറിച്ച് അകലേക്കു വീണു. ചിങ്കൻ തലയയുർത്തി സ്വന്തം ശബ്ദത്തിൽ പാടി. ബ്റാ ബാാ....!

മലങ്കാടൻ മുനി

കുറുമലക്കാട്ടിലെ അന്തേവാസിയായ മലങ്കാടന് വയസ്സായി. എപ്പോഴും പാതി കൺചിമ്മിയിരിക്കുന്ന കാടനെ പക്ഷികളും മൃഗങ്ങളും വിളിച്ചു. മുനി, മലങ്കാടൻ മുനി.

മലങ്കാടനെ അറിയുന്ന കൊച്ചു മൃഗങ്ങളും പക്ഷികളും പരസ്പരം പറഞ്ഞു. മുനിയെപ്പോലെ ഇരിക്കുന്നതും ഒരു അടവാണ്. വയസ്സനല്ലേ, പാവമല്ലേ എന്നൊക്കെ കരുതി ആരും അടുത്ത് പെരുമാറേണ്ട. തനതു സ്വഭാവം മാറിയിട്ടുണ്ടാവില്ല. ഒറ്റച്ചാട്ടത്തിന് ജീവികളെ അകത്താക്കുന്ന ശീലം മറന്നു കാണില്ല!

കുറുമലയിലെ കൊച്ചു പക്ഷികളും മൃഗങ്ങളും മലങ്കാടൻ മുനിയുടെ അടുത്ത് ചെല്ലാതായി. കുറുമലയിലിനി അധികകാലമിങ്ങനെ കഴിയാനാവില്ലെന്ന് മുനിക്കു തോന്നി. സമീപത്തു കൂടിയൊന്നും ജീവികൾ വരുന്നില്ല. ഓടിച്ചിട്ടു പിടിക്കാൻ വയ്യ താനും. വേറെ മേച്ചിൽസ്ഥലം അന്വേഷിച്ചു കണ്ടെത്തുക തന്നെ.

മലങ്കാടൻ ഒരുദിവസം കുറുമലയിൽനിന്നും താഴോട്ടിറങ്ങി. കാട്ടിൽ നിന്നും നാട്ടിലൂടെ നടന്നു. മലഞ്ചെരിവിൽനിന്ന് വിട്ട് ഒരൊഴിഞ്ഞ ഗ്രാമപ്രദേശത്തെത്തി. വലിയൊരു വീട്ടുവളപ്പിലെ ഒരു പൊട്ടക്കുളത്തിനടുത്തെത്തി. അടുത്തെല്ലാം വലിയ മരങ്ങളും കുറ്റിപ്പൊന്തകളുമാണ്. ഇടിഞ്ഞു തൂർന്ന പൊട്ടക്കുളത്തിന്റെ ആഴത്തിൽ വെള്ളമുണ്ട്. പടവുകൾ പൊട്ടിപ്പൊളിഞ്ഞ്

അവിടവിടെ പൊത്തുകൾ.

കാടൻ കുളത്തിനടുത്തെത്തി. കുളത്തിനടിയിൽനിന്ന് കുർ കുർ എന്ന് ശബ്ദം കേൾക്കുന്നു. കാടൻ ചെവിയോർത്തു. അമ്പലപ്രാവുകൾ കുഞ്ഞുങ്ങളെ പാടിയുറക്കുകയാണ്.

കുട്ടികുർകുർ,കർർ–

പൊട്ടക്കുളത്തിന്റെ ഭിത്തിക്കു ചുറ്റുമായി നിറയെ മാളങ്ങൾ. അവയിലെല്ലാം പ്രാവുകളും കുഞ്ഞുങ്ങളും താമസിക്കുന്നു. കാടന്റെ ഉള്ളിലെ മാംസക്കൊതിയുണർന്നു. തല്ക്കാലം പുറത്തു കാണിച്ചുകൂടാ. പ്രാവിൻ കുഞ്ഞുങ്ങളെ ഓരോന്നായി തട്ടിയെടുക്കാൻ സൂത്രപ്പണി ഉപയോഗിച്ചേ പറ്റൂ.

കുളത്തിൽ നിന്നാരെങ്കിലും വരുന്നതുനോക്കി മലങ്കാടൻ കരയിലിരുന്നു. മേൽഭാഗത്തെ മാളത്തിൽനിന്നു കയറിവന്ന വൃദ്ധയായ ഒരു ചക്കിപ്പരുന്തിനെയാണവൻ ആദ്യം കണ്ടത്. ചക്കിപ്പരുന്തിന് പ്രായമായപ്പോൾ പ്രാവുകളുടെ നോട്ടക്കാരനായി കഴിയുകയാണ്. പകൽ അമ്മ പ്രാക്കൾ ഇര തേടാൻ പറന്നുപോകും. ചക്കിപ്പരുന്ത് ശത്രുക്കളാരെങ്കിലും വരുന്നുണ്ടോ എന്നു നോക്കി കാവലിരിക്കും. പരുന്തിനുള്ള ഭക്ഷണം പ്രാവുകൾ എല്ലാവരുംകൂടി നല്കും. ചക്കിയമ്മയ്ക്കു പരമസുഖം.

അവിചാരിതമായി തന്റെ കാവൽ സ്ഥലത്ത് ഒരു മലങ്കാടനെ കണ്ട് ചക്കിപ്പരുന്ത് അത്ഭുതപ്പെട്ടു. ദേഷ്യത്തോടെ ചോദിച്ചു:

"നീ ആരാണ്? എങ്ങനെ ഈ സ്ഥലം കണ്ടെത്തി!"

മലങ്കാടൻ എന്തെങ്കിലും പറയുമ്പോഴേക്കും ചക്കിയമ്മ ആക്രോശിച്ചു.

"പോ പോ! ഇവിടെ ഞാൻ നോക്കി രക്ഷിക്കുന്ന സ്ഥലമാണ്. ഇവിടെ താമസിക്കുന്ന അമ്പലപ്രാവുകളെയും കുഞ്ഞുങ്ങളെയും നോക്കി രക്ഷിക്കുന്നത് എന്റെ ചുമതലയാണ്. നിന്നെപ്പോലൊരു കാടനെ ഇവിടെ കാണരുത്. പോ പോ. ഞാൻ കൊത്തി നിന്റെ കണ്ണു പൊട്ടിക്കും."

ചക്കിപ്പരുന്ത് രോഷാകുലയാണെന്ന് കാടന് മനസ്സിലായി. അവൻ കൈകൾ കൂപ്പി ചക്കിയമ്മയെ നമസ്കരിച്ചു. പരുന്തിനോട് വിനീതമായി പറഞ്ഞു:

"ചക്കി മുത്തശ്ശീ ഞാനൊരു സാധു മുനിയാണ്. വയസ്സായി. ഈശ്വരഭജനയായി കഴിയുന്നവനാണ്. ശാന്തമായി ഒരു സ്ഥ

ലത്തിരുന്ന് ഭജന നടത്തണം. നല്ലവരായ ആരെങ്കിലും അടുത്തുണ്ടാവുന്നത് ആശ്വാസമാണ്. ചക്കിയമ്മയുടെ വാസസ്ഥലത്ത് ഒരല്പം സ്ഥലം തന്നാൽ ഞാൻ അവിടെ ഭജനമിരുന്നോളാം. വേണമെങ്കിൽ പ്രാക്കുഞ്ഞുങ്ങളെ നാമജപം പരിശീലിപ്പിക്കുകയുമാവാം. ഓംഓംഓം...."

മലങ്കാടൻ മുനി ശബ്ദമുണ്ടാക്കി. ചക്കിയമ്മയ്ക്ക് വിശ്വാസമായില്ല. എത്ര വയസ്സനായാലും സൗമ്യനായാലും ഭക്തനായാലും മലങ്കാടനാണല്ലോ. പക്ഷിക്കുഞ്ഞുങ്ങളുടെ പാർപ്പിടത്തിൽ എങ്ങനെ ഒരു വർഗ്ഗശത്രുവിന് സ്ഥലം കൊടുക്കും. പരുന്തു പറഞ്ഞു:

"വേണ്ട വേണ്ട. പോ പോ. പ്രാവുകൾ നിന്നെ കൊത്തിയോടിക്കും. എന്റെ കാവൽജോലിയും നഷ്ടപ്പെടും. ഈ വയസ്സുകാലത്തിനി എനിക്കു പറക്കാനോ ഇരതേടി അലയാനോ കഴിയില്ല.

കാടൻ മുനി വിട്ടില്ല.

അവൻ ഓം...ഓം എന്നു ശബ്ദിച്ചു കൊണ്ടിരുന്നു. ചക്കിപ്പരുന്തിന്റെ കാൽക്കൽനിന്നും എഴുന്നേറ്റില്ല. അതിന്റെ കണ്ണിൽനിന്ന് കുടുകുടാ കണ്ണീരൊഴുകി. ഗദ്ഗദത്തോടെ പറഞ്ഞു:

"പൊന്നു ചക്കിയമ്മേ എന്നെയും കൂടി ശാന്തമായ പ്രദേശത്ത് വസിക്കാനനുവദിക്കൂ. ചക്കിയമ്മയ്ക്കു സഹായമാകും. രാത്രി മുഴുവൻ ഞാൻ ഉറക്കമിളച്ചിരിക്കാം. ചക്കിയമ്മ സുഖമായി ഉറങ്ങിക്കോളൂ. ങ്ഹോം ങ്ഹോം..."

മുനിയുടെ ഓം വിളിയും കരച്ചിലും അഭ്യർത്ഥനയും കേട്ട് പരുന്തിന്റെ മനസ്സലിഞ്ഞു. തന്റെ തൊട്ടടുത്ത മാളത്തിൽ നിശ്ശബ്ദനായി കഴിഞ്ഞു കൊള്ളാൻ ചക്കിപ്പരുന്ത് അനുവദിച്ചു.

തനിക്കു കിട്ടുന്ന അരിമണിയും കൊച്ചു പഴങ്ങളും ധാന്യമണികളും മാത്രമേ കഴിക്കാവൂ. ഓംകാരമല്ലാത്ത മലങ്കാടന്റെ ശബ്ദമൊന്നും പുറപ്പെടുവിക്കരുത്.

മലങ്കാടൻ മുനി എല്ലാ നിബന്ധനകളും അംഗീകരിച്ചു.

അമ്പലപ്രാവുകൾക്ക് കുറേ ദിവസം ഒന്നും മനസ്സിലായില്ല. ഒരുദിവസം ഓം ശബ്ദംകേട്ട് ഒരമ്മപ്രാവ് ചോദിച്ചു:

"ഇതാരാണ് ചക്കിയമ്മേ..!"

“എന്റെ ഒരു ബന്ധുവാണ്. വയസ്സനായ ഒരു മുനി. നടക്കാനോ ഇരതേടാനോ വയ്യ. എന്റെ സഹായത്തിനായി വന്നതാണ്. നമ്മുടെ കുഞ്ഞുങ്ങളെ കാക്കാൻ ഒരു സഹായമായിക്കോട്ടെ.!”

പ്രാവമ്മയ്ക്ക് പൂർണ്ണമായും തൃപ്തിയായില്ല. കണ്ടാൽ ഒരു കാടൻ പൂച്ചയാണെന്നു തോന്നും. ചക്കിയമ്മയുടെ ബന്ധുവാണെന്നല്ലേ പറഞ്ഞത്. നല്ലവണ്ണം സൂക്ഷിക്കണം.

കാടൻ മുനി ശബ്ദം കേട്ട് തലയുയർത്തി. കണ്ണ് പാതി തുറന്ന് അവശനായി നോക്കുന്ന മുനിയെ കണ്ടപ്പോൾ പ്രാവമ്മയുടെ സംശയം മാറി. കുറേ ദിവസങ്ങൾ കഴിഞ്ഞു. അരിമണിയും കൊച്ചു പഴങ്ങളും തിന്ന മലങ്കാടനു വിശപ്പു സഹിക്കാൻ വയ്യാതായി. ഇനിയും ക്ഷമിച്ച് പ്രാവുകൾക്ക് കാവൽ കിടന്നാൽ താൻ മരിച്ചു പോവുമെന്നു തോന്നി. രാത്രി പ്രാവുകൾ കുഞ്ഞുങ്ങളെ കുർ കുർ എന്നു പാടിയുറക്കും. അവ ഉറങ്ങുന്ന സമയം മുനിക്ക് കൃത്യമായി മനസ്സിലായി. ഒരുദിവസം പക്ഷികളും ചക്കിപ്പരുന്തും ഉറക്കമായ സമയം നോക്കി പമ്മിച്ചെന്ന് ഒരു പ്രാവിൻ കുഞ്ഞിനെ വായിലാക്കി. മാളത്തിലിരുന്ന് ശബ്ദമുണ്ടാക്കാതെ രുചിച്ചകത്താക്കി.

ഇതുപോലെ ദിവസവും പതിവായി. പക്ഷികൾക്കു കുഞ്ഞുങ്ങളുടെ എണ്ണം കുറയുന്നത് മനസ്സിലായി. അവർ ചക്കിയമ്മയോട് പരാതി പറഞ്ഞു.

അവശനായ മുനി കുഞ്ഞുങ്ങളെ മോഷ്ടിച്ചിരിക്കും എന്നു കരുതാൻ ചക്കിപ്പരുന്തിനായില്ല. എന്നാൽ മുനിയുടെ ശരീരം കുറേ ഭേദപ്പെട്ടിരിക്കുന്നതിൽ അവർക്കു സംശയം തോന്നാതിരുന്നില്ല.

അന്ന് പക്ഷികളെല്ലാം ഉറക്കമിളച്ച് കാവലിരുന്നു. പതിവുപോലെ പക്ഷികളുടെ കുർ കുർ ശബ്ദം കേൾക്കുന്നില്ല. അവയ്ക്കുറക്കമില്ലായിരിക്കുമോ? എല്ലാം പറന്നു പോയിരിക്കുമോ? പൂച്ചയ്ക്കു സംശയമായി.

പാതിരാത്രിയിൽ മലങ്കാടൻ പതുക്കെ എഴുന്നേറ്റു. പമ്മി ഒരു പ്രാവിന്റെ കൂട്ടിൽ ചെന്നെത്തിനോക്കി. പ്രാവ് ചിറകിട്ടടിച്ചു. എല്ലാ പ്രാവുകളും ഉണർന്നു. അവർ ചക്കിപ്പരുന്തിനെ വിളിച്ചു. എല്ലാവരുംകൂടി മുനി കിടന്നിരുന്ന മാളം പരിശോധിച്ചു.

ഏതാനും കുഞ്ഞിത്തൂവലുകൾ കിടക്കുന്നു. ചില കൊക്കിൻകഷണങ്ങളും കാൽ നഖങ്ങളും കണ്ടു. എങ്ങും ചോരയുടെ മണം.

അമ്പലപ്രാവുകൾ കുളത്തിനുമേൽ വട്ടമിട്ടു ചിറകുകൾ വിടർത്തി. ചക്കിപ്പരുന്ത് കാടൻ മുനിയുടെ തലയ്ക്കു കൊത്തി.

"എടാ ദുഷ്ടാ! ഇനി മുനിവേഷം കെട്ടി ആരെയും വഞ്ചിക്കില്ല നീ–"

എല്ലാവരും ചേർന്ന് മലങ്കാടനെ കൊത്തി. അവൻ പൊട്ടക്കുളത്തിന്റെ ആഴത്തിൽ ചെളിയിൽ പൂഴ്ന്നുപോയി.

തുമ്പിക്കൈയനും ചപ്പിമൂക്കനും

കണ്ണൻ ആനയും കുഞ്ചുക്കുരങ്ങും സ്നേഹിതന്മാരായിരുന്നു. അമ്പലപ്പറമ്പിലെ ആനപ്പന്തിയിൽ കൊമ്പനാന വിശ്രമിക്കുമ്പോൾ കുരങ്ങൻ കുഞ്ചു അടുത്തുചെല്ലും. അടുത്തുള്ള മാവുകളിൽനിന്ന് മാങ്ങയും പ്ലാവിൽ നിന്ന് ചക്കകളും കുഞ്ചു പറിച്ചെടുത്ത് കൊമ്പനാനയ്ക്കു കൊടുക്കും.

ആനയ്ക്കു കിട്ടുന്ന ചോറുരുളകൾക്കൊപ്പം ശർക്കര ഉപ്പേരിയും പപ്പടവുമൊക്കെ അവൻ കരുതി വെക്കും. ഒരുഭാഗം കുഞ്ചുക്കുരങ്ങനു കൊടുക്കും.

കണ്ണൻ ആനയെ അമ്പലത്തിലെ ശീവേലിക്കും ചിലസമയത്ത് പരിസരങ്ങളിൽ മരത്തടി വലിക്കുവാനും കൊണ്ടുപോകും. കുഞ്ചു അല്പം അകലെ നിന്ന് അതെല്ലാം കാണും. കണ്ണൻ വിശ്രമിക്കുമ്പോൾ അവൻ അടുത്തു ചെല്ലും. പുറത്തു കയറും. പുറത്തെ മണ്ണു തുടച്ചു കൊടുക്കും.

കണ്ണന്റെ പാപ്പാന് ഈ സുഹൃദ്ബന്ധം വലിയ ഇഷ്ടമൊന്നുമില്ല. കുഞ്ചു അടുത്തു വരുമ്പോൾ അയാൾ ശബ്ദമുണ്ടാക്കും.

"ച്ഹുച്ഹൂ പോ കൊരങ്ങാ...."

എങ്കിലും അവർ സ്നേഹിതന്മാരാണെന്ന് പാപ്പാനറിയാം. കണ്ണനു കൊടുക്കുന്ന ചോറുരുളയോടൊപ്പമുള്ള പപ്പടവും

വറുത്ത ഉപ്പേരിയും അയാൾ കുറേശ്ശെ കുരങ്ങനിട്ടു കൊടുക്കും. കുഞ്ചു സ്നേഹിതന് ശേഖരിച്ചു കൊണ്ടുവരാറുള്ള ചക്കയും കരിക്കും കാട്ടുപഴങ്ങളുമൊക്കെ പാപ്പാൻ കാണാറുണ്ട്. നല്ല മാങ്ങകൾ അയാൾ പെറുക്കിയെടുക്കും.

ആനയും കുരങ്ങനുമായുള്ള ചങ്ങാത്തം ആനക്കാരൻ നായർക്ക് വലിയ ഇഷ്ടമായില്ല. ആനയെ തളയ്ക്കുമ്പോഴും എന്തെങ്കിലും പണിക്കു കൊണ്ടുപോകുമ്പോഴുമൊക്കെ ഒരു കുരങ്ങൻ അവിടവിടെയായി പരുങ്ങുന്നതും ആനയോടടുക്കുന്നതും അയാളിൽ വെറുപ്പുണ്ടാക്കി.

ഒരുദിവസം ആന കൊടുത്ത ചോറും കറികളും പാപ്പാനടുത്തില്ലാത്ത സമയത്ത് രണ്ടുപേരും ചേർന്ന് ഭക്ഷിക്കുകയായിരുന്നു. കുഞ്ചു ചോറ് ഉരുളകളാക്കി ആനയുടെ വായിൽ കൊടുക്കുന്നു. ആന പപ്പടവും വറുത്ത ഉപ്പേരിയും പെറുക്കി കുരങ്ങനും കൊടുക്കുന്നു. ഈ കൂട്ടായ്മ കണ്ട് പാപ്പാൻ നായർക്ക് ദേഷ്യം വന്നു. അയാൾ തന്റെ കൈയിലെ വടിയെടുത്ത് കുഞ്ചുവിന്റെ മുതുകിനൊന്നുകൊടുത്തു. 'കിം' എന്നു ശബ്ദിച്ചുകൊണ്ട് കുരങ്ങൻ അടുത്തുള്ള മരത്തിലേക്കു ചാടി.

തന്നെ ദ്രോഹിച്ച പാപ്പാനെ ഒരു പാഠം പഠിപ്പിക്കണമെന്ന് കുരങ്ങൻ കുഞ്ചു തീരുമാനിച്ചു. ഉച്ചഭക്ഷണം കഴിഞ്ഞ് പാപ്പാൻ ആനപ്പന്തിക്കടുത്ത് ഒരു മരത്തണലിൽ കിടന്നുറങ്ങുകയായിരുന്നു. മരത്തിനു മുകളിലിരുന്ന് കുഞ്ചു അതു കണ്ടു. തലയ്ക്കൽ ഒരു പൊതിയിരിക്കുന്നു. മുറുക്കാനും ബീഡിയും തീപ്പട്ടിയും പൈസയുമായിരിക്കും.

ഉച്ചയൂണ് കഴിഞ്ഞ് ആനപ്പാപ്പാൻ മാവിൻചുവട്ടിൽ നല്ല തണൽ നോക്കി കിടന്നു. തലയ്ക്കൽ മുറുക്കാനും ബീഡിയുമുള്ള പൊതി വെച്ചിട്ടുണ്ട്. പാപ്പാൻ കൂർക്കംവലി ആരംഭിച്ചു. ഇതു നല്ല തഞ്ചമാണെന്ന് കുഞ്ചുവിനു തോന്നി. അവൻ മാവിൽനിന്ന് പതുക്കെ താഴെയിറങ്ങി. പാപ്പാന്റെ തലയ്ക്കടുത്തു വെച്ച പൊതിയെടുത്ത് ആനപ്പന്തിക്കടുത്ത ഓലപ്പുരയിലേക്ക് കടന്നു. പുരയുടെ ഒരു മൂലയ്ക്കു വെച്ചു. പാപ്പാന്മാരും ക്ഷേത്രപ്പണിക്കാരും വിറകും മറ്റു സാധനങ്ങളും സൂക്ഷിക്കുന്ന പുരയിൽ പലരും വിശ്രമത്തിനിരിക്കാറുണ്ട്.

തന്റെ പാപ്പാന്റെ മുറുക്കാൻ പൊതി സ്നേഹിതൻ പൊക്കി

മാറ്റിയത് കണ്ണനിഷ്ടപ്പെട്ടില്ല. ആന ശബ്ദമുണ്ടാക്കി പാപ്പാന്റെ കാലിന് തോണ്ടി. അയാൾ ഞെട്ടിയുണർന്നു ചുറ്റും നോക്കി. മുറുക്കാനും ബീഡിയും കുറച്ചു ചില്ലറ പൈസയും വെച്ചിരുന്ന പൊതി കാണുന്നില്ല. അയാൾ പലയിടത്തും തിരഞ്ഞു. കുരങ്ങൻ അടിച്ചുമാറ്റിയതായിരിക്കുമോ! അയാൾ ആനയോടു ചോദിച്ചു:

"കണ്ണാ എവിടെടാ എന്റെ കാശും പൊതിയും! പറേടോ...."

അയാൾ കണ്ണന്റെ തലയിലും തുമ്പിക്കൈയിലും തടവി. ആന തലയുയർത്തി തുമ്പി വീശി മൂക്കു ചീറ്റി.

ഛും ഛും– ആആ...ശബ്ദിച്ചു. തന്നെ ചൂണ്ടിയാണ് കണ്ണൻ ശബ്ദിച്ചതെന്ന് കുഞ്ചുവിന് മനസ്സിലായി. കുരങ്ങനാണ് തന്റെ പൊതി തട്ടിയെടുത്തതെന്ന് ആനപ്പാപ്പാന് മനസ്സിലായി. അയാൾ കല്ലും മരക്കഷണങ്ങളുമെടുത്ത് കുരങ്ങനെ എറിഞ്ഞു. അവൻ മരക്കൊമ്പുകൾ മാറിമാറി ചാടി. ഒരു കല്ല് മുതുകിനു കൊണ്ടു.

പിറ്റേന്ന് ആനയ്ക്കു തീറ്റികൊടുക്കുന്ന നേരത്ത് കുഞ്ചുക്കുരങ്ങൻ പതുക്കെ വന്നു. ആന തലയാട്ടി അവനെ അകറ്റി. പാപ്പാൻ ഓടിവന്ന് കല്ലും മരക്കൊമ്പുകളും എടുത്തെറിഞ്ഞു. അപ്പോഴും കൊണ്ടു ചെറിയൊരേറ്.

കുരങ്ങൻ കുഞ്ചുവിന് ദേഷ്യം സഹിച്ചില്ല. എന്തെങ്കിലും ചതി ഒപ്പിക്കണമെന്നവൻ ആലോചിച്ചു. ഒരുദിവസം ആനയെ പണിയെടുപ്പിക്കാൻ കൊണ്ടുപോയ സമയത്ത് കുരങ്ങൻ ആനപ്പന്തിയിലെത്തി. നെടുമ്പുരയിൽ ആനയ്ക്കുള്ള ചോറുരുളകളും ഉപ്പേരിയും പപ്പടവും പഴവുമെല്ലാം ഒരു കൂടയിലെടുത്ത് കുരങ്ങന്റെ കൂട്ടിൽ ശേഖരിച്ചു വെച്ചു.

ആന തന്റെ താവളം കണ്ടുപിടിക്കുമെന്നവനറിയാം. നെടുമ്പുരയിൽ പാപ്പാൻ എലികളെ പിടിക്കാൻ വെച്ചിരുന്ന കെണി അവനെടുത്തു. ആനയുടെ ഭക്ഷണത്തിനടുത്തു വച്ചു. പപ്പടം കൊണ്ടുമൂടി.

ആനയും പാപ്പാനും കൂടി വന്നപ്പോൾ ചോറും കറിയും കാണുന്നില്ല. പാപ്പാൻ നായർ പലയിടത്തും തിരഞ്ഞു.

"എടാ കണ്ണാ നിന്റെ സ്നേഹിതൻ തന്നെയാണെടാ പണി പറ്റിച്ചത്! തെരഞ്ഞു പിടിക്ക്." അയാൾ കണ്ണനെ വിട്ടു. അവൻ മണം പിടിച്ചു നടന്നു. കുരങ്ങൻ കുഞ്ചുവിനെ കാണുന്നില്ല. എല്ലായിടത്തും തിരഞ്ഞു. കുഞ്ചുവിന്റെ കൂട് കണ്ടെത്തി. കണ്ണൻ സംശയിച്ചില്ല. ഒരു വിടവിലൂടെ തുമ്പിക്കൈ കടത്തി ഒരു പപ്പടത്തിൽ പിടികിട്ടി.

ടിക്ക്! കെണിക്കൂടിൽ. തുമ്പിയുടെ അറ്റം കെണിയിൽ കുടുങ്ങി.

ഭ്രാ ! അവൻ വേദന കൊണ്ട് ചീറി. ശബ്ദം കേട്ട് പാപ്പാൻ ഓടി വന്നു. ആന സകലശക്തിയുമെടുത്ത് തുമ്പി വലിച്ചു. അതു കൂടുതൽ നീണ്ടു. ഒന്നുകൂടി വലിച്ചപ്പോൾ അറ്റം മുറിഞ്ഞുപോന്നു.

കുരങ്ങൻ കുഞ്ചു കൂടിനു പിന്നിൽ പതുങ്ങി നില്ക്കുകയായിരുന്നു. കണ്ണനാന പിൻകാൽ കൊണ്ടൊരു തട്ട്. മുഖത്തിനു തന്നെ. അവന്റെ മൂക്ക് ചതഞ്ഞ് ചപ്പിയായി.

ആനയുടെ തുമ്പിക്കൈയുടെ അറ്റത്ത് മുറിഞ്ഞപോലെ ഒരു തുണ്ടു കാണാം. നോക്കൂ....! കുരങ്ങുകളെ കണ്ടാൽ ആനകൾ തുമ്പിക്കൈ വീശി ആട്ടിയകറ്റുന്നു. ഏതു സാധനം കൊടുക്കുമ്പോഴും ഒന്നു മണം പിടിച്ചശേഷമേ അവൻ വാങ്ങൂ.

ആനകളെ കാണുമ്പോൾ കുരങ്ങുകൾ കൈകൊണ്ട് സ്വന്തം ചപ്പി മൂക്ക് ഒന്ന് തടവി, സ്ഥലം വിടുന്നു!

കുട്ടൻ വണ്ടി

കീകീ ക്കി ക്കീ

ഹോൺ കേട്ട് കുട്ടികൾ മാറിനിന്നു. വഴിമാറിനിന്നില്ലെങ്കിൽ വണ്ടിക്കു ദേഷ്യം വരും. ശബ്ദത്തിന്റെ രൂപം മാറും.

"മാതി നില്ക്കെതാ അവ്ദ്ന്ന്!."

പെൺകുട്ടികളാണെങ്കിൽ പറയുന്നതല്പംകൂടി വ്യത്യാസപ്പെട്ടിരിക്കും.

"മാതെതീ...മാതിനിക്കെതീ..."

കുട്ടന്ന് 'റ'യും 'ട'യും തയാണ്. എടാ എന്ന വാക്ക് എതാ എന്നും എടീ എന്നത് എതീ എന്നുമാണ്.

കുട്ടൻ വണ്ടി എല്ലാവർക്കും സുപരിചിതമാണ്. കാലത്ത് മാട്ടായി ചായക്കടയിലേക്ക് പാൽ കൊണ്ടുപോകുന്നതോടെയാണ് കുട്ടൻവണ്ടി പുറത്തിറങ്ങുന്നത്. ഒരു കൈയിൽ പാലാക്കിയ തൂക്കുപാത്രവുമായി ഒരു കൈകൊണ്ട് സ്റ്റിയറിങ് തിരിച്ചാണ് വണ്ടി സ്റ്റാർട്ടു ചെയ്യുന്നത്. പിപ്പീപീ എന്നോ കിക്കീകീ എന്നോ ഹോൺ ശബ്ദം കേട്ടാൽ അയൽവാസികൾക്കു ചിരിവരും.

കടയിൽ പാൽ എത്താൻ വൈകിയാൽ കടക്കാരൻ ഉണ്ണികൃഷ്ണൻ നായർ പറയും "ഇന്നു നമ്മുടെ കുട്ടൻവണ്ടി കാണുന്നില്ലല്ലോ." പറഞ്ഞുതീരുമ്പോഴേക്കും അകലെ നിന്നു ശബ്ദം കേൾക്കാം.

പിപ്പിപ്പിപീ....

“ഓ! എത്തിപ്പോയി. വഴിക്കു വല്ല നായയേയോ പൂച്ചയേയോ കണ്ടിരിക്കും.”

എല്ലാവർക്കും പ്രിയങ്കരനായ കുട്ടന്റെ ഒരു ശത്രുവർഗ്ഗമാണ് നായ്ക്കൾ. എവിടെ നായയെ കണ്ടാലും അതിന് കുട്ടന്റെ വക ഒരു ഏറുണ്ടാകും. നായ ഓടുന്നുണ്ടെങ്കിലും കുട്ടന്റെ ഏറ് കുറിക്കു കൊള്ളും. ഏറിന്റെ ശാസ്ത്രം കുട്ടൻ പറയും.

“ഓതുന്ന നായച്ചൊരുമൊയം മുമ്പ് എതിയണം.”

ഓടുന്ന നായയ്ക്ക് ഒരു മുഴം മുമ്പേ ഏറ്.

മുഴം അകലം എന്നത് നായയുടെ ഓട്ടത്തിന്റെ വേഗതയ്ക്കനുസരിച്ച് കൂടാം. ചില നായ്ക്കൾക്ക് കുട്ടനെ കണ്ടാലറിയാം. അവ മൂളിക്കൊണ്ടു പിൻവാങ്ങും. ഊ ഊളം...

എവിടെ നായയെ കണ്ടാലും എറിയുകയെന്ന കുട്ടന്റെ സ്വഭാവം കണ്ട് ചില കുസൃതികളായ കൂട്ടുകാർ വിളിച്ചു.

നായക്കുട്ടൻ!

കളിയാക്കുന്നവരോട് കുട്ടൻ ഇങ്ങനെ പ്രതികരിക്കും.

“ഏതെ കളിച്ചാൽ ഒത്ത ഏതങ്ങത്ത് തതും!. എന്തെ കൈയ് വെതയ്ക്കൊന്നൂല്യാ–!”

‘പിപീപീ...പൊപ്പൊപോം..’ കുട്ടൻ വണ്ടിയുടെ ഹോൺ രീതി ഇടയ്ക്ക് മാറിയെന്നിരിക്കും. തിരിവുകളിൽ വണ്ടി ഒന്ന് റിവേഴ്സ് എടുത്തെന്നിരിക്കും. ഭൂഭൂഭൂം...ബൂം...

റോഡരികുകളിലെ വീട്ടുകാർ വണ്ടിയുടെ ശബ്ദം കേട്ടാൽ ചിരിക്കും. അവരുടെ മനസ്സ് പറയും കുട്ടൻവണ്ടി.

അന്ന് പതിവുപോലെ കുട്ടൻവണ്ടി ഹോണടിച്ചു നീങ്ങുകയായിരുന്നു. ഒരു വീട്ടുപടിക്കൽ റോഡിന്റെ ഏതാണ്ട് നടുവിലായി ഒരു മിനി ബസ് നില്ക്കുന്നു. സൈഡു കിട്ടാനായി കുട്ടൻ ഏറെ നേരം ഹോണടിച്ചു.

പിപീപോം പോം...

മിനി ബസിലെ ഡ്രൈവർ ഒന്നു പുറത്തേക്കു നോക്കിയതല്ലാതെ ബസ് നീക്കിയില്ല. കുട്ടൻ ദേഷ്യത്തോടെ പറഞ്ഞു. “ഇത്തിരി സൈത് കൊതുക്കണം ഹേ. ഒതു വണ്ടി പോവാനുണ്ട്.” ഡ്രൈവർ അങ്ങുമിങ്ങും നോക്കിപ്പറഞ്ഞു:

“ഒരു മിനിട്ട്. ഈ വീട്ടിലെ കുട്ടി ഡ്രസ്സു ചെയ്തു വരാനുണ്ട്. ഒരേയൊരു മിനിട്ട്.”

“ഏതു കുത്തി! എന്തു കുത്തി?” കുട്ടന് ദേഷ്യം വന്നു.

“വന്തിക്ക് പോവാൻ സൈദ് വേന്തേ? മാത്തിൻ ഹേ ബസ്.” കുട്ടന്റെ സ്വരം അധികാരസ്വരത്തിലായിരുന്നു. ഡ്രൈവർ ഏതോ വാഹനം വരാനുണ്ടെന്ന് വിശ്വസിച്ച് മിനി ബസ് സൈഡ് ഒതുക്കിയിട്ടു.

പീപീപ്പിപീ– ഡ്രൂ ഊഊ..കുട്ടൻ വണ്ടിയോടിക്കുംപോലെ ഓടി. കുറച്ചുദൂരം ചെന്ന് തിരിഞ്ഞു നോക്കിപ്പറഞ്ഞു:

“മനസ്സിലായില്ലേ ഇതുതന്നെ വന്തി”. ഡ്രൈവർ ഇളിഭ്യനായി.

“രേഷ്മാ വരൂ വരൂ.” ബസിൽനിന്ന് കുട്ടികൾ വിളിച്ചു പറഞ്ഞു. സ്കൂൾ യൂണിഫോമണിഞ്ഞ രേഷ്മ എന്ന കുട്ടി ഓടിവന്ന് ബസിൽ കയറി. കുട്ടൻ ഒന്നും സംഭവിച്ചില്ലെന്ന മട്ടിൽ വണ്ടിയായി നീങ്ങി. ഡ്റും ഡ്റും....

ഡ്രൈവർ പിൻവാതിലിൽ നിന്നിരുന്ന ക്ലീനർ ബാലനോട്

ചോദിച്ചു. "നിനക്കറിയാമായിരുന്നോടേ ആ ചെക്കന്റെ വേല ത്തരം.!"

"ഓൻ കുട്ടൻ വണ്ടിയാണെന്നറിയാം. ഇങ്ങനെ ആളെ പറ്റിക്കും എന്നറിഞ്ഞില്ല." ബസിലെ ചില കുട്ടികൾ പറഞ്ഞു. "ആ പോണത് കുട്ടൻവണ്ടിയാ!"

"കുട്ടൻവണ്ടി!." രേഷ്മ ചിരിച്ചുകൊണ്ടു പറഞ്ഞു.

"ഞങ്ങളുടെ ഗേറ്റിനടുത്തുകൂടി ആ ചെക്കൻ പീപ്പിപ്പി എന്നു വണ്ടി ഓടിക്കുമ്പോലെ പറഞ്ഞ് ഓടിക്കുന്നതു കണ്ടിട്ടുണ്ട്."

കുട്ടൻവണ്ടി പിപീപ്പീ ഹോണടിച്ച് ഓടിക്കൊണ്ടിരുന്നു. ഒരി ടത്തുവെച്ച് സ്കൂൾബസ് അവനെ ഓവർടേക്ക് ചെയ്തു. അവൻ ബസിന്റെ ബോർഡുവായിച്ചു. അൽഷിഫാ ഇംഗ്ലീഷ് മീഡിയം സ്കൂൾ.

"ഓ! ഇംഗ്ലീഷ് കുട്ടികൾ!" കുട്ടൻ പിറുപിറുത്തു.

പിറ്റേന്ന് കുട്ടൻവണ്ടി അൽഷിഫാ ബസുവരുന്നതു നോ ക്കിനടന്നു. മിനിമം സ്പീഡിൽ വണ്ടി ഓടി. മിനി ബസ് അവന് പിന്നിലൂടെ വന്നു. കുട്ടൻ വണ്ടി സൈഡുകൊടുത്തു. മിനി ബസ് അവനെ കടന്നുപോകവേ പിൻഭാഗം കൊണ്ടൊരുതിരിക്ക്. കുട്ടൻവണ്ടി കാനയിലേക്ക് ചെരിഞ്ഞു.

കുട്ടൻ പിടഞ്ഞെഴുന്നേറ്റു. അവന് ദേഷ്യം വന്നു.

"എന്താഹേ! മോത്ത് കണ്ണില്ല്യേ?- കുട്ടൻ ചോദിച്ചു. ഡ്രൈവർ മനഃപൂർവ്വം ചെയ്തതാണെന്നു മനസ്സിലായി. ഡ്രൈവർ ബസ്സ് നിർത്താതെ വിട്ടു. പിന്നിലെ കിളി ഉച്ചത്തിൽ പറഞ്ഞു: "പോടാ പൊട്ടൻ ചെക്കാ..."

പുറത്തേക്കു തലയിട്ടു നോക്കിയ കുട്ടികൾ വിരൽചൂണ്ടിപ്പ റഞ്ഞു:

"ദേ കുട്ടൻ വണ്ടി."

കുട്ടികൾ ചിരിക്കുന്നു. കുട്ടൻ അവരെ നോക്കി ചിരികോട്ടി ശബ്ദിച്ചു.

"ഞെെംഞെെംഞെെം..."

ബസിൽനിന്ന് അപ്പോഴും കൂട്ടച്ചിരി മുഴങ്ങി. അതു ശ്രദ്ധി ക്കാതെ കുട്ടൻ വണ്ടി നീങ്ങി.

പീപീപീപ്പീ–

അന്ന് സ്കൂൾ വിട്ടു വന്നപ്പോൾ കുട്ടന് ഒരു ജോലി കിട്ടി.

അമ്മ പറഞ്ഞു:

"കുട്ടാ, കറന്റു പോയിരിക്കുന്നു. വേഗം റേഷൻകടയിൽച്ചെന്ന് മണ്ണെണ്ണ വാങ്ങിക്കൊണ്ടുവാ. കട അടയ്ക്കുംമുമ്പേ എത്തണം."

കുട്ടൻവണ്ടി സ്റ്റാർട്ടു ചെയ്തു. പിപ്പീപീ....

കവലയിലെത്തിയപ്പോൾ ഒരുവിധം ഇരുട്ടായി. മണ്ണെണ്ണ കാനിലാക്കി വേഗം നടന്നു. റോഡിന്റെ ഒരറ്റത്ത് ഒരാൾക്കൂട്ടം. കുറേപ്പേർ മരക്കൊമ്പുകൾ എടുത്തുമാറ്റുന്നു.

സമയം ഏതായാലും വൈകി. ഒന്നു ചെന്നു നോക്കിക്കളയാം. കുട്ടൻ അങ്ങോട്ടു നീങ്ങി.

റോട്ടിൽ മരം മുറിഞ്ഞു കുറുകെ വീണതാണ്. കുറച്ചുസമയം റോഡു ബ്ലോക്കായിരുന്നു. ബസുകളും കാറുകളും മിനിബസുകളുമെല്ലാം കുറച്ചു സമയം പോവാനാവാതെ നിന്നിരിക്കണം.

അൽഷിഫാ സ്കൂൾ വണ്ടി അവന്റെ മനസ്സിലെത്തി. "കുറച്ചു സമയം കുടുങ്ങിക്കാണും!" കുട്ടൻ മനസ്സിൽ പറഞ്ഞു.

ആൾക്കൂട്ടത്തിൽ നിന്നല്പം വിട്ട് മൂന്നുനാലാളുകൾ കൂടി നില്ക്കുന്നു. നടുവിലൊരു പെൺകുട്ടി. ഒരാൾ ചോദിക്കുന്നു:

"അപ്പോൾ സ്കൂൾ വണ്ടിയിലെ ആരും കുട്ടിയെ കണ്ടില്ലെന്നോ? കുട്ടിയെ ആരും വിളിച്ചില്ലെന്നോ?"

"ഞാൻ..... ഞാൻ വരുമ്പോഴേക്കും വണ്ടി വിട്ടു. ഞാൻ കുറെ വിളിച്ച് ഒപ്പം ഓടി....." കുട്ടി വിക്കി വിക്കിപ്പറയുന്നു. കരയുന്ന പോലെ. ശബ്ദം കേട്ടു പരിചയംപോലെ കുട്ടനു തോന്നി. അവൻ അവർക്കടുത്തേക്കു ചെന്നു.

"ഹായ് കുട്ടൻവണ്ടീ–"

രേഷ്മ വിളിച്ചു. അവൾ കുട്ടന്റെ അടുത്തേക്കു വന്നു.

"ഹാവൂ!" ഒരാൾ പറഞ്ഞു.

"കുട്ടീ നീയീ കുട്ടിയെ അറിയുമോ?"

"ഓ!." കുട്ടൻ മറുപടി പറഞ്ഞു.

"നിനക്കിവളെ അവളുടെ വീട്ടിലെത്തിക്കാനാവുമോ?"

"ഓ!.." കുട്ടൻ സമ്മതിച്ചു.

"വാ..." അവൻ പറഞ്ഞു.

"വന്തി മുതുക്കെപ്പിതിച്ചോ. പോവാ... പീപീ..." കുട്ടൻവണ്ടി

സ്റ്റാർട്ടുചെയ്തു.

ഒരു കൈയിൽ മണ്ണെണ്ണ പാത്രവും വലതുകൈയിൽ സങ്കല്പ സ്റ്റിയറിങ്ങുമായി കുട്ടൻവണ്ടി നീങ്ങി. പിന്നിൽ രേഷ്മയും. കുട്ടൻവണ്ടിയിൽ അവൾക്കല്പവും പരിഭ്രമം തോന്നിയില്ല.

ഗേറ്റിനടുത്ത് ആകാംക്ഷയോടെ കാത്തുനിന്ന അമ്മയും അയൽക്കാരും. അവർക്കു മുന്നിൽ കുട്ടൻവണ്ടി നിന്നു.

ഭൂംഭൂം! ഢക്ക്!..

രേഷ്മ ഇറങ്ങി. അമ്മയുടെ നീട്ടിയ കൈകളിലമർന്നു.

അണ്ണാന് ഒരു പുടവ

അഷ്ടമംഗലത്തു മനയ്ക്കൽ കുഞ്ഞുണ്ണി നമ്പൂതിരിപ്പാടിനെ ആളുകൾ കുഞ്ചു നമ്പൂതിരി എന്നു വിളിക്കും. തിരുമേനി മഹാശുദ്ധനും സൽസ്വഭാവിയുമാണ്. ഒരുകാലത്ത് ഒരുപാട് സ്വത്തും പണവുമൊക്കെ ഉണ്ടായിരുന്ന ആളാണ്. ഇന്ന് ദരിദ്രനായി. നിത്യവൃത്തിക്കു തന്നെ ബുദ്ധിമുട്ട്.

പണ്ട് ധാരാളം ആളുകൾ തിരുമേനിയെ കാണാനെത്തിയിരുന്നു. അവർക്കെല്ലാം നെല്ലോ അരിയോ വീട്ടുസാധനങ്ങളോ വസ്ത്രങ്ങളോ എന്തെങ്കിലുമായി തിരുമേനി സമ്മാനം കൊടുത്തിരുന്നു. ദരിദ്രനായപ്പോൾ വരുന്നവർക്കൊന്നും കൊടുക്കാനില്ലാതായി. അപ്പോൾ ആളുകൾ വരാതായി.

ഒരുദിവസം കുഞ്ചുനമ്പൂതിരി കുളിയും തേവാരവും കഴിഞ്ഞ് അകത്ത് നാമം ജപിച്ചുകൊണ്ടിരിക്കുകയായിരുന്നു. അദ്ദേഹം വെറുതെ പുറത്തേക്കു നോക്കി. ഒരു അണ്ണാൻ മുറ്റത്ത് തൊഴുതുകൊണ്ടിരിക്കുന്നു.

മുറ്റത്തു വീണുകിടക്കുന്ന ഒരു നെന്മണി പെറുക്കിയെടുത്ത് തിന്നുകയായിരുന്നു അണ്ണാൻ. കണ്ടാൽ തൊഴുതിരിക്കുകയാണെന്നു തോന്നും. കുഞ്ചുനമ്പൂതിരിക്ക് ഒരാൾ രാവിലെ തന്നെ വന്നു തൊഴുന്നതാണെന്നു തോന്നി.

അദ്ദേഹം പറഞ്ഞു:

"ങ്ഹ! രാവിലെ എന്താണാവോ വേണ്ടത്. തൊഴുതു നിന്നതൊക്കെ മതി. വേണ്ടതെന്താണെന്നുവെച്ചാൽ പറഞ്ഞോളൂ. അശ്ശേഷം മടിക്കണ്ട."

അണ്ണാൻ നെന്മണി കൊറിക്കൽ നിർത്തി തിരുമേനിയെ നോക്കി.

അദ്ദേഹം തുടർന്നു പറഞ്ഞു:

"ങേ പറയാൻ ഭാവല്യേ? എന്നാ വലിയതായി ഒന്നും തരാനില്ല. ഇവിടെ ഉള്ളത് തരാം. വിശേഷായിട്ട്."

അദ്ദേഹം അകത്തുപോയി. ഒരു കോടിമുണ്ട് മടക്കി ഭദ്രമായി സൂക്ഷിച്ചുവെച്ചിരുന്നു. അതെടുത്തു പുറത്തേക്കു വന്നു.

"ദാ ഹേ! ഒരോണപ്പുടവയായിക്കോട്ടെ. വര് ആ. സ്വീകരിക്ക്യാ!"

തിരുമേനി അണ്ണാന്റെ അടുത്തേക്കു ചെന്നു. അണ്ണാൻ പേടിച്ചു പിൻമാറി. ചാടിച്ചാടി പോവാൻ തുടങ്ങി. തിരുമേനിക്ക് അവൻ തന്നെ ധിക്കരിച്ച് പോവുകയാണെന്നു തോന്നി. താൻ അവശനും നിർദ്ധനനുമായതിനാൽ സമ്മാനം വേണ്ടെന്നു

കരുതി പോവുകയോ? ഇതൊരപമാനമല്ലേ?

തിരുമേനി അവനെ പിന്തുടർന്നു. അണ്ണാൻ ഒരു വൈക്കോൽ ക്കൂനയിൽ കയറി. തിരുമേനിയും കയറി. അണ്ണാൻ കീഴ്പ്പോട്ടു ചാടി. തിരുമേനിയും ചാടി. അണ്ണാൻ ഒരു മരത്തിലേക്കു കയറി. തിരുമേനിയും കയറി. ഒരു മരക്കൊമ്പിൽ നിന്നവൻ മറ്റൊന്നി ലേക്കു ചാടി. കുഞ്ചുനമ്പൂതിരിയും ചാടി. ഇതിനിടയ്ക്ക് ഉടു ത്തമുണ്ട് അഴിഞ്ഞുപോയി. പുടവയും പിടിവിട്ടു.

ഒരു മരക്കൊമ്പിൽനിന്ന് മറ്റൊന്നിലേക്ക് ചാടവേ കാൽ എത്തുമെന്ന് തോന്നിയില്ല. അദ്ദേഹം മരക്കൊമ്പിൽ തൂങ്ങിയാടി.

വഴിയേ പോകുന്ന ചിലർ മരക്കൊമ്പിൽ തൂങ്ങി നില്ക്കുന്ന കുഞ്ഞുണ്ണിനമ്പൂതിരിയെ കണ്ട് അത്ഭുതപ്പെട്ടു.

"തിരുമേനീ എന്താണിതു കഥ? താഴേക്കു വരൂ."

ആളുകൾ നിർബ്ബന്ധിച്ചിട്ടും തിരുമേനി താഴത്തിറങ്ങു വാനോ ചാടാനോ തയ്യാറായില്ല.

കുറേപ്പേർ ചേർന്ന് മരത്തിനു താഴെ കുറേ വൈക്കോലും പഞ്ഞിയും കൊണ്ടുവന്നു കൂട്ടി. ഒരാൾ മരത്തിൽ കയറി തിരു മേനി പിടിച്ച കൊമ്പിന്റെ കടയ്ക്കുമുറിച്ചു.

അങ്ങനെ കുഞ്ചു നമ്പൂതിരി താഴേക്കു ചാടി. അതുകണ്ട് അകലെ ഒരു മരത്തിലിരുന്ന് അണ്ണാൻ വാലിട്ടടിച്ചു ചിരിച്ചു.

ചിൽ!ചിൽ!ചില്ലിലു ചിൽചിൽ!!

യൂണിഫോമണിഞ്ഞ ഒരു കുട്ടി

പതിവുപോലെ വൈകിയെത്തിയ കുട്ടിമോനോട് നീനാ മിസ് ചോദിച്ചു:

“എന്തേ പോന്നത്?”

അവൻ തല താഴ്ത്തി നിന്നു.

“യുവാർ ലേറ്റ് ആൾവേയ്സ്” മിസ് തുടർന്നു. “യൂണിഫോമാണെങ്കിൽ ഇടില്ല. സൗജന്യമായി കിട്ടിയതാണെങ്കിലും സൂക്ഷിക്കില്ല. മുഷിഞ്ഞുനാറി നൂറു പിന്നലും കീറലുമായി നടക്കും. സ്കൂളിലോ വരില്ല, വല്ലപ്പോഴും വന്നാൽ തന്നെ ഉച്ചയ്ക്ക്. ഇതെത്രയായി പറേണു. ഇനിയുമിങ്ങനെയായാൽ ക്ലാസിൽ കേറ്റുന്ന പ്രശ്നമേയില്ല.”

ടീച്ചറിനു രോഷം അടങ്ങുന്നില്ല.

“പൊയ്ക്കോ. രക്ഷിതാവിനേയും കൊണ്ടുവന്നാൽ കേറ്റാം.”

കുട്ടിമോൻ പകച്ചുനോക്കിക്കൊണ്ടുനിന്നു. ദേഷ്യഭാവത്തിൽ അവനെത്തന്നെ കുറച്ചുസമയം നോക്കി, മിസ് മുഖം തിരിച്ചു. കുട്ടിമോൻ തിരിഞ്ഞു നടന്നു.

“മിസ്, ദേ ആ കുട്ടി പോണൂ...” കുട്ടികളിലാരോ പറഞ്ഞു. ടീച്ചർ അവനെ നോക്കി. കുട്ടിമോൻ നടക്കുകയാണ്. നിസ്സംഗനായി.

ടീച്ചർ വിളിച്ചു. "വാ...."

കുട്ടിമോൻ നിന്നു. മിസ് പുറത്തേക്കുവന്നു. അവന്റെ കൈപിടിച്ചു ക്ലാസിൽ കയറ്റി.

"എന്താ കുട്ടിമോനേ ഇത്! എത്രയാ മിസിതൊക്കെ പറയ്യ. നാളെ രക്ഷിതാവിനെ കൊണ്ടേ വരാവൂ."

അന്നു കുട്ടിമോൻ ക്ലാസിലിരുന്നു. പിറ്റേന്ന് അവൻ എത്തിയത് പത്തരമണിക്ക്. മിസിനിന്ന് പതിവിലേറെ ശുണ്ഠി വന്നു.

ക്ലാസിനുമുന്നിലെത്തിയ അവനോട് ടീച്ചർ ഇറങ്ങിവന്നു ചോദിച്ചു:

"എവിടെ രക്ഷിതാവ്..."

കുട്ടിമോൻ മിണ്ടാതെ തലതാഴ്ത്തിനിന്നു.

"അമ്മയെവിടെ?"

അവൻ പറഞ്ഞു: "തൊഴിലുറപ്പിനുപോയി."

"തൊഴിലുറപ്പോ? അതെന്തുപണി?" മിസ് കൺമിഴിച്ച് ഇരുഭാഗത്തും നോക്കി. മുൻബഞ്ചിലിരുന്ന ഒരു കുട്ടി പറഞ്ഞു. "മിസ്- ഈ റോഡൊക്കെ വൃത്തിയാക്കണത്."

"ഓ!.... തൊഴിലുറപ്പു പദ്ധതിയിലെ ജോലി അല്ലേ."

"അതെ. അതാ തൊഴിലുറപ്പ്."

"ഓ! ബാക്കിയുള്ളോരുടെ തൊഴിലിനാണല്ലോ ഉറപ്പില്ലാത്തത്"- അവർ ആത്മഗതം ചെയ്തു.

"അച്ഛനെവിടാ?" മിസിന്റെ ചോദ്യമുയർന്നു.

"പോയി!" അവൻ പറഞ്ഞു.

"എങ്ങോട്ടുപോയി."

"ആ-" അവൻ കൈമലർത്തി. ആ ശബ്ദവും ഭാവവും കേട്ടിരുന്ന കുട്ടികൾ കൂട്ടമായി ചിരിച്ചു.

"സൈലൻസ്-" മിസിന്റെ ശബ്ദമുയർന്നു.

"എവിടെ നിന്റെ യൂണിഫോം!"

"അത്-കീറി-" അവൻ പറഞ്ഞു.

"കീറ് റേ. പുതിയ യൂണിഫോമങ്ങട് കീറ് വേ! എങ്ങനെ കീറി."

കുട്ടിമോൻ മിണ്ടാതെ ചുണ്ട് കടിച്ചു നിന്നു.

"എന്താടാ മിണ്ടാത്തത്." ടീച്ചർക്ക് ദേഷ്യം കൂടുന്നു. "എങ്ങനെ കീറി?"

"നായ–നായ കടിച്ചുകീറി." കുട്ടിമോൻ പറഞ്ഞു. "നായ നിന്നെ കടിച്ചോ?"

"ഏ..എന്നിട്ട് ആസ്പത്രിയിൽ പോയില്ല്യേ? ഡോക്ടറെ കാണിച്ചില്ലേ?" ടീച്ചർ ചോദിച്ചു.

"ഊഉഊം!" അവൻ മൂളി തലയാട്ടി.

"എന്ത്! വേഗം വീട്ടിൽ പോയി അമ്മയേയും കൂട്ടി ആസ്പത്രീപോ.."

കുട്ടിമോൻ അനങ്ങാതെ നില്ക്കുകയാണ്.

"മിസ്. ഓൻ നുണ പറയ്വാണ്." ഒരു കുട്ടിയുടെ ശബ്ദം.

കുട്ടിമോൻ തിരിഞ്ഞുനിന്ന് ട്രൗസർ പൊക്കി. കുട്ടികൾ ആർത്തു ചിരിച്ചു.

"സൈലൻസ്." ടീച്ചർ കൈയുയർത്തി. കുട്ടിമോൻ ദേഷ്യത്തോടെ എല്ലാവരേയും നോക്കി.

"നീ വേഗം ആസ്പത്രിയിൽ പോവാൻ നോക്ക്." മിസ് പിൻവാങ്ങി.

"ആസ്പത്രീ പോയി ഇഞ്ചക്ഷനെടുത്തുവാ.. അമ്മേയും കൂട്ടി വേഗം പോ.."

കുട്ടിമോൻ വിവർണ്ണനായി. അവൻ കണ്ണുതിരുമ്മി ഒന്നുനോക്കി. പെട്ടെന്ന് മുഖം തിരിച്ചു നടന്നു. ഇടതുകൈകൊണ്ട് ചന്തി തടവി. സ്കൂൾ ഗേറ്റിനടുത്ത് നിന്ന് അവൻ തിരിഞ്ഞു നോക്കി. അവന്റെ മൂന്നാം ക്ലാസിന്റെ വാതിക്കൽ നീനാമിസും ഏതാനും കുട്ടികളും. അവർക്കുനേരെ കൈവീശി. പിന്നെ തിരിഞ്ഞുനോക്കാതെ ഓടി.

നമ്പർ ടുവൽവ്.

നീനാമിസ് പിറ്റേന്ന് ഹാജർ വിളിച്ചു. ടുവൽവ് കുട്ടിമോൻ വി പി.

അവൻ ഹാജറില്ല.

അഞ്ചു ദിവസവും ആ ആപ്സന്റ് മാർക്കു ചെയ്തു. ആറാം ദിവസം തിങ്കളാഴ്ച നീനാമിസ് ചോദിച്ചു. "ആർക്കെങ്കിലും

അറിയ്യോ കുട്ടിമോൻ എവിടാന്ന്."

"ഇല്ല മിസ്." എല്ലാവരുടെയും ഉത്തരം. നീല ഷർട്ടിനു കഴുത്തിൽ വെള്ളക്കോളർ യൂണിഫോമിൽ മൂന്നാം ക്ലാസിൽ തന്റെ മുന്നിലെ മുപ്പത്തഞ്ചുപേർക്കിടയിലെ ബാക്ക് ബെഞ്ചിന്റെ അറ്റത്ത് യൂണിഫോമിടാത്ത ഒരാൺകുട്ടിയെ നീനാമിസ് സങ്കല്പിച്ചു.

ഇല്ല. അവനില്ല.

മോണിങ് അസംബ്ലിയിൽ വരിവരിയായി പോകുന്ന എട്ടു വയസ്സുകാരിൽ നീലയും വെള്ളയും യൂണിഫോമുകളിൽ മുഷിഞ്ഞുകീറിയ യൂണിഫോമുള്ള കുട്ടി. കുട്ടിമോൻ–ഇല്ല. അവനില്ല.

ക്ലാസ്ടീച്ചർ ഹെഡ്മിസ്ട്രസിന് റിപ്പോർട്ട് ചെയ്തു. അവർ രക്ഷാകർത്തൃസമിതി വിളിച്ചുകൂട്ടി. ലോങ് ആബ്സന്റായ കുട്ടിയെ അന്വേഷിച്ചു.

കുട്ടിമോൻ എന്ന കുട്ടിയെ യൂണിഫോമും പുസ്തകവുമെല്ലാം സംഘടിപ്പിച്ചുകൊടുത്തു ചേർത്തതാണ്. കുട്ടികൾ കുറയാതെ വരണമല്ലോ. സ്റ്റാഫിന്റെയും മാനേജുമെന്റിന്റെയും നിലനില്പ് പ്രശ്നമായിരുന്നു.

അവർ പുഴയോരഗ്രാമത്തിലൂടെ നടന്നു. കുന്നിൻ ചെരുവിലെ റോഡുവളവിലെ നാടൻ ചായക്കടയിൽ കുറേപ്പേരിരിക്കുന്നു. പതിവില്ലാതെ ഹെഡ്ടീച്ചറും പി ടി എ പ്രസിഡന്റും നീനാമിസും കൂടിയെത്തിയപ്പോൾ ബഞ്ചുകളിലിരുന്നവർ എഴുന്നേറ്റു.

"എന്താണാവോ ഈ വഴിക്കൊക്കെ." പഞ്ചായത്തു വാർഡ് മെമ്പർ കൂടിയായ പി ടി എ പ്രസിഡന്റു തുടക്കമിട്ടു.

"ഇവിടെ താമസിച്ചിരുന്ന കുറെ അഭയാർത്ഥികളുണ്ടായിരുന്നില്ലേ? അവരൊക്കെ എവിടാന്നറിയാമോ?"

"എന്താ മെമ്പറേ വല്ല സ്വർണ്ണോം മോഷണം പോയോ." ഒരാൾ ചോദിച്ചു. "അതൊന്നുമല്ല. അവരിലൊരു കുട്ടിയെ നമ്മടെ സ്കൂളിൽ ചേർത്തിരുന്നല്ലോ." ഹെഡ്ടീച്ചർ പറഞ്ഞുതീരുംമുമ്പ് ഒരാൾ ഇടപെട്ടു. "ആ തൊഴിലുറപ്പിൽപ്പെട്ട സ്ത്രീയുടെ ചെക്കനല്ലേ."

"അതെ...." പഞ്ചായത്തു മെമ്പർ പറഞ്ഞു. മൂന്നാലുപേർ

ഒന്നിച്ചു ശബ്ദിച്ചു. "അപ്പൊ മെമ്പറൊന്നുമറിഞ്ഞില്ലേ. നല്ല ആളാ. പിന്നെ ഈ വഴിക്കു വന്നെങ്കിലല്ലേ. അല്ലേ.!"

"അവറ്റയെ ഒക്കെ ഇവിടന്ന് കെട്ടുകെട്ടിച്ചില്ലേ. കുറേ കുട്ടികളും നായ്ക്കളുമൊക്കെയായി ആ പുഴക്കരയിൽ തമ്പടിച്ചുകൂടിയിരിക്കുകയായിരുന്നു. കണ്ണിക്കണ്ട പാമ്പിനേയും കീരിയേയും ഓന്തിനേയുമൊക്കെ പിടിച്ചു ചുട്ടു തിന്നും. ചിലര് തൊഴിലുറപ്പിലും തണലുറപ്പിലുമൊക്കെ ചേർന്നു. രാത്രിയായാൽ ആണും പെണ്ണും തമ്മിൽ തല്ലും കുട്ടികളുടെ നിലവിളിയുമായി ആകെ ബഹളം. എവിടത്തുകാരാ, എന്തുഭാഷയാ ഒന്നും അറീല്യാ."

"ഒരുപാട് നായ്ക്കളും പട്ടികളും അവറ്റേടെ കൂടെ ഉണ്ടാരുന്നു. നായ്ക്കൾക്ക് പേ പിടിച്ചു. ചിലതിനെയൊക്കെ തല്ലിക്കൊന്നു. നായക്കൾ അവറ്റയെത്തന്നെ കടിച്ചു. ഒരു ചെക്കൻ പേയിളകി ചത്തൂന്നും കേട്ടു."

"അയ്യോ....മൈഗോഡ്.." നീനടീച്ചറുടെ ശബ്ദം.

കടക്കാരൻ പറച്ചിൽ നിർത്തി. ടീച്ചർ തളർന്നു വീഴുന്നു. ഹെഡ്ടീച്ചർ അവരെ താങ്ങി.

വിദ്യാലയം വീണ്ടും തുറന്നു.

നീന മിസ് കുട്ടികളുടെ ഹാജർ വിളിച്ചു.

നമ്പേഴ്സ് വൺ, ടു.... കുട്ടികൾ പ്രസന്റു പറഞ്ഞു.

നമ്പർ ടുവൽവ്– അവരൊന്നു നിർത്തി തലയുയർത്തി ചുറ്റും നോക്കി. പെട്ടെന്ന് കുട്ടികളുടെ കൂട്ടനിലവിളിയുയർന്നു.

"അയ്യോ മിസേ....അയ്യോ അയ്യോ..."

ക്ലാസിലെ കുട്ടികളെല്ലാം ഭയന്ന് മുറവിളി കൂട്ടി. കൂട്ടത്തോടെ എഴുന്നേറ്റ് ടീച്ചറുടെ മേശയ്ക്കടുത്തുകൂടി.

ഒരു നായക്കുട്ടി ക്ലാസിലേക്ക് കയറിവന്നു.

ദേഹം കറുപ്പും കഴുത്തിനുമേൽ വെള്ളയും നിറമുള്ള കൗതുകമുള്ളൊരു നായക്കുട്ടി.

"ഹ്യം....ഹ്യം!" അവൻ ശബ്ദമുണ്ടാക്കി ക്ലാസിലൂടെ നടന്ന് ടീച്ചറുടെ മേശയ്ക്കടുത്തെത്തി.

എന്തു ചെയ്യണമെന്നറിയാതെ ടീച്ചറും കുട്ടികളും അന്തിച്ചുനിന്നു. ചില കുട്ടികൾ പോ പോ ശബ്ദിച്ചു. നായക്കുട്ടി ഹ്യം ഹ്യം ശബ്ദമുണ്ടാക്കി നാവിളക്കി. വാലാട്ടി ക്ലാസിൽ വട്ടം നടന്ന്

പുറത്തേക്കു നടന്നു.

നീനാമിസും കുഞ്ഞു വിദ്യാർത്ഥികളും നോക്കിനില്ക്കേ കറുപ്പും വെള്ളയും നിറമുള്ള ആ കൊച്ചുനായ ക്ലാസിനു പുറത്തുകടന്ന് മുറ്റത്തുകൂടി ഓടി ഗേറ്റിനടുത്തെത്തി തിരിഞ്ഞുനിന്നു.

ചെവിയുയർത്തി. വാലുപൊക്കി. സ്കൂളിനെ നോക്കി ശബ്ദിച്ചു.

"ഓഓഓ"

മൂന്നാം ക്ലാസിന്റെ വാതിൽക്കൽ നീനാമിസും ഏതാനും കുട്ടികളും നോക്കിനില്ക്കേ ആ ശബ്ദമുയർന്നു താഴ്ന്നു.

"ഓഓ....ഓ..ഓ........"

ജിൻസിയുടെ അമ്മ

കമ്പിയഴിയിട്ട കൂട്ടിൽനിന്ന് ജിൻസി വിളിച്ചു:

"അമ്മേ–"

"കീ കീ" എന്നാണ് പുറംലോകത്തുള്ളവർക്ക് ആ ശബ്ദം കേൾക്കാൻ കഴിഞ്ഞത്. കമ്പികൾക്കിടയിലൂടെ തല പുറത്തേക്കിട്ട് അവൾ വീണ്ടും ശബ്ദിച്ചു.

"കീ കീ..."

കൂടിന്റെ അഴികളിൽ പിടിച്ച് ചിറകിട്ടടിച്ചു. അമ്മ പറഞ്ഞു:

"ഒന്നുകൂവാതെടി തത്തേ. നിനക്ക് പാലും പഴവും തരണമായിരിക്കും അല്ലേ."

ജിൻസിക്ക് അതിന് മറുപടി പറയാനായില്ലെങ്കിലും വലിയ സ്നേഹത്തിലല്ല സംസാരിക്കുന്നതെന്ന് മനസ്സിലായി. ആർക്കു വേണം മനുഷ്യരുണ്ടാക്കുന്ന പാലും പഴവുമൊക്കെ. വിശപ്പും ദാഹവുമുണ്ട്, എന്തെങ്കിലും തരണമെന്നീ മനുഷ്യത്തള്ളയ്ക്ക് തോന്നലുണ്ടോ. ജിൻസി മനസ്സിൽ പ്രാകി. കൂടിന്റെ ഭിത്തിയിൽ ചിറകിട്ടടിച്ചുകൊണ്ടിരുന്നു.

"ബാക്കിയുള്ളോർക്ക് ഒരു കട്ടൻചായ ഉണ്ടാക്കാൻ തന്നെ ബുദ്ധിമുട്ട്. എന്നിട്ടാണ് തത്തയ്ക്ക് പ്രാതൽ." വൃദ്ധ പിറുപിറുത്തു. അവർ അകത്തുപോയി ഒരു കൊച്ചുപിഞ്ഞാണിയിൽ കുറച്ചു പഴഞ്ചോറിന്റെ വറ്റെടുത്ത് തത്തമ്മയുടെ കൂട്ടിൽ വെച്ചു കൊടുത്തുകൊണ്ടു പറഞ്ഞു: "മോള് തിന്നോ വെള്ളോം കുടി

ച്ചോ. എന്നിട്ട് ചിറകും വാലുമൊക്കെ ചീകി മിനുക്കി സുന്ദരിയാവ്."

അമ്മ അകത്തേക്കു കടന്നു. ജിൻസി വെള്ളച്ചോറ് കൊത്തിത്തിന്നു. വലിയ രുചിയൊന്നുമില്ല. തണുത്തവെള്ളം കൊക്കിലാക്കി ഇറക്കി.

വിശപ്പുമാറിയപ്പോൾ അവൾ പുറത്തേക്കു നോക്കി. പുഴയോരത്തെ തെങ്ങുകളിൽനിന്നും മരങ്ങളിൽനിന്നും പലതരം പക്ഷികൾ പറന്നുപോകുന്നു. കലപില ശബ്ദമുണ്ടാക്കുന്നു.

അമ്മക്കിളിയോടും സഹോദരനോടുമൊപ്പം പുഴക്കരയിലും വയലോരങ്ങളിലും കുറ്റിക്കാടുകളിലും പറന്നുനടന്ന ദിനങ്ങൾ അവളോർത്തു. ചെടികളിലെ കായ്കളും പഴങ്ങളും ഭക്ഷിച്ച് അരുവിയിലേയും പുഴയിലേയും വെള്ളം കുടിച്ച് ഉത്സാഹത്തോടെ പാറി നടക്കാൻ എന്തുരസമായിരുന്നു.

ഒരു വയസ്സൻ തെങ്ങിനു നടുവിലുള്ള ഒരു പൊത്തിലാണ് അമ്മയും രണ്ടു കുഞ്ഞുങ്ങളും കൂടി താമസിച്ചിരുന്നത്. ചാറ്റൽ മഴയുള്ള ഒരു ദിവസം അമ്മ പറഞ്ഞു: "മക്കളേ, ഇന്നു നിങ്ങൾ പുറത്തേക്കു വരണ്ട. മഴകൊണ്ട് ചിറകു നനഞ്ഞാൽ പറക്കാൻ ബുദ്ധിമുട്ടാകും. നിങ്ങൾക്കുവേണ്ടത് ഞാൻ കൊക്കു നിറച്ചു കൊണ്ടുവരാം."

ജിൻസിയും സഹോദരനും അനുസരിച്ചു. അമ്മ ഇര തേടാനായി പറന്നുപോയി. ചാറ്റൽമഴ മാറി. പുറത്തിറങ്ങി ഒന്നു ചുറ്റിപ്പറന്നുവരാൻ കുട്ടികൾക്ക് താല്പര്യം തോന്നി. അവർ പൊത്തിൽനിന്നും തല പുറത്തേക്കിട്ടു നോക്കി. തെളിഞ്ഞ വെയിൽ. പറന്നു കളിക്കാൻ പറ്റിയ സമയം. അവർ പുറത്തേക്കു പറന്നു.

തെങ്ങിൻ പൊത്തിൽ നിന്ന് പുറത്തു കടക്കലും ഒരു നേർത്ത വലയിൽപ്പെടലും ഒന്നിച്ചു കഴിഞ്ഞു. പ്രാപ്പിടിയൻ വല ചുരുട്ടിപ്പിടിച്ചു. രണ്ടു തത്തക്കുഞ്ഞുങ്ങളെയും പിടിച്ച് ഒരു കൂടയിലാക്കി.

കൂടയിൽ പിന്നെയും പക്ഷിക്കുഞ്ഞുങ്ങളുണ്ടായിരുന്നു. തത്തകളും മൈനകളും പ്രാവിൻകുഞ്ഞുങ്ങളുമുണ്ടായിരുന്നു.

കൂടയും തൂക്കി പ്രാപ്പിടിയൻ മനുഷ്യൻ നടന്നു. അയാൾ ഗ്രാമച്ചന്തയിലെത്തി. പക്ഷികളെയും മൃഗങ്ങളെയും കച്ചവടം

ചെയ്യുന്നവരുടെ നിരയിൽ ചെന്നു.

"വളർത്തു പക്ഷികൾ– ആർക്കുവേണം? തത്ത, മൈന, അരിപ്രാവ്, വെള്ളരിപ്രാവ്, ലൗബേർഡ്സ്, സംസാരിക്കുന്ന തത്തകൾ ആർക്കുവേണം? വരിൻ, വാങ്ങുവിൻ" അയാൾ വിളിച്ചു പറഞ്ഞു. ആവശ്യക്കാർ ചിലർ വന്നു. ചിലർ പ്രാവുകളെ വാങ്ങി. തത്തക്കുഞ്ഞുങ്ങളെ പിടിച്ചു നോക്കി.

വൈകുന്നേരമായി. മൈനകളേയും പ്രാവുകളേയും ആളുകൾ വാങ്ങി. തത്തകൾ ബാക്കിയായി.

"ഇവറ്റയെ ഇനി എന്താ വേണ്ടത്? രാത്രി തീറ്റയും വെള്ളവും കൊടുത്തില്ലെങ്കിൽ ചാവൂലോ മാരണം."

"തത്തകൾ, തത്തകൾ ആവശ്യക്കാര് വരിൻ" അയാളുടെ ശബ്ദമുയർന്നു. അവശയായ ഒരു സ്ത്രീയുടെ മുന്നിൽ അയാൾ നിന്നു. ഒരു പിച്ചക്കാരിയാണെന്നു തോന്നി. പക്ഷിക്കാരൻ സ്ത്രീയോട് പറഞ്ഞു:

"എന്തിനാ വല്യമ്മേ ഈ സന്ധ്യനേരത്ത് ചന്തേൽ കിടന്ന് തിരിയുന്നത്! കൂടെ ആരും ല്ലേ്യ?"

ആ സ്ത്രീ കൈകാട്ടിക്കൊണ്ടു പറഞ്ഞു: "എനിക്കാരൂല്യാ മോനേ. വയസ്സായി. പണിയെടുക്കാനും വയ്യ. വല്ലതും തരൂ...."

"ഞാനെന്തു തരാനാ. ഒരു ചോദ്യം ചോദിച്ചതു തന്നെ ആപത്തായിത്തീർന്നു. നിങ്ങക്കിപ്പോ എന്താ വേണ്ടത്?" അയാൾ ചോദിച്ചു.

"എനിക്കാരൂല്യ മോനെ. ഞാനാ ചേരീല് ഒരു പായയിലാ ചുരുണ്ടു കൂടണെ. എന്റെ മോള് പോയി. കോളറ പിടിച്ച്"– അവർ ഏങ്ങലടിച്ചു കരഞ്ഞു. "എനിക്കും പിടിച്ചതാ– എന്നെ കാലൻ കൊണ്ടോയില്യ. ഞാൻ മാത്രം ബാക്കി. എങ്ങനാ വെശപ്പടക്കണേന്നറിയില്യ."

അയാൾ സഹികെട്ടു പറഞ്ഞു: "പെൺപിറന്നോരേ, എനിക്ക് നിങ്ങളെ സഹായിക്കാനൊന്നും വഴിയില്യ. വേണേങ്കി ഈ തത്തക്കുട്ടിയെ കൊണ്ടു പൊയ്ക്കോളിൻ... നിങ്ങടെ മകളുടെ പേരിട്ടു വളർത്തിൻ, ലക്ഷണമുള്ള തത്തയാ. "അയാൾ തത്തയെ സ്ത്രീക്കു നല്കി. അവർ കൈയിലുള്ള ഒരുപിടി ചില്ലറ നാണ്യം അയാൾക്കുനേരെ നീട്ടി.

"കാശൊന്നും വേണ്ട. നിങ്ങൾക്കൊരു മോളായിക്കോട്ടെ..."

"ജിൻസീ." അവർ തത്തക്കുഞ്ഞിനെ മാറോടണച്ചു.

അവർ തത്തക്കുഞ്ഞിന് ഒരു പെട്ടിയുണ്ടാക്കിച്ചു. കുറച്ചു കാർഡുകൾ സംഘടിപ്പിച്ചു. ദൈവങ്ങളുടെ പടങ്ങളുള്ള കാർഡുകൾ. അവയെ മുകളിലാക്കി അടുക്കി. കെട്ടിൽനിന്ന് ഒരു ചീട്ടു കൊത്തി ഊരിയെടുക്കാൻ പരിശീലിപ്പിച്ചു.

"ജിൻസി നല്ല ചീട്ടെടുക്ക്" പെട്ടിപ്പുറത്തു തട്ടി അമ്മ പറയും. ജിൻസി കൂട്ടിൽ നിന്നിറങ്ങി ഒരു ചീട്ടെടുത്തിട്ട് തിരിയെ കൂട്ടിൽ കയറും.

പെട്ടിയും തോളത്തുതൂക്കി വീടുകളിൽ നടന്ന് അമ്മ വിളിച്ചുപറയും. "അമ്മാ ലക്ഷണം പറയാമമ്മാ, ഭൂതം, ഭാവി, വർത്തമാനം. തത്ത ചീട്ടെടുത്ത് ഭാഗ്യം പറയും."

ചില വീട്ടുകാര് വേണ്ടെന്നു പറയും. ചിലർ പറയും "വിശ്വാസമുണ്ടായിട്ടൊന്നുമല്ല. ഒരു സ്ത്രീയുടെ വയറ്റുപ്പിഴപ്പല്ലേ."

അമ്മ പെട്ടിപ്പുറത്തു തട്ടി പറയും. "ജിൻസീ അമ്മാവുക്ക് നല്ല ചീട്ടെടുക്ക്." ജിൻസി പുറത്തു വന്ന് ചീട്ട് വലിച്ചെടുക്കും. അമ്മ കവറു തുറന്ന് പടം നോക്കി പറഞ്ഞു തുടങ്ങും.

"അമ്മാ സീതാദേവിയാണമ്മ. നല്ല കാലത്തു ഗുണം വരും. സമ്പത്തുണ്ടാകും. അമ്മ രാജ്ഞിയാകും മഹാറാണി."

ചിലർ ചില്ലറ നാണ്യങ്ങൾക്കു പുറമെ പഴമോ മധുരപലഹാരങ്ങളോ കൊടുക്കും. ചില ദിവസങ്ങളിൽ നല്ല വരുമാനമുണ്ടാകും. അന്ന് അമ്മ നല്ല സ്വഭാവത്തിലായിരിക്കും. വീടുകളുടെ വാതിൽ തുറക്കാത്ത ദിവസങ്ങളുണ്ട്. അന്ന് ജിൻസിക്ക് നല്ല ചീത്തയാണ്. ചുള്ളിക്കമ്പെടുത്ത് തലയ്ക്കു മേട്ടം കിട്ടും.

"പണ്ടാറം. ഇതിനെ തല്ലിക്കൊന്ന് കെട്ടിത്തൂക്കണം വേണ്ടത്. ലക്ഷണം കെട്ടത്!"

തന്നെ വഴക്കു പറയുകയാണെന്ന് ജിൻസിക്കു മനസ്സിലാകും. ആളുകൾക്ക് താല്പര്യമില്ലാത്തതിന് താനെന്തു ചെയ്യും.

മഴ തുടർന്നു പിടിച്ചു. കാറ്റും കോളും വന്നു. അധികം പുറത്തിറങ്ങി നടക്കാനായില്ല. ജിൻസിയും അമ്മയും കുഴപ്പത്തിലായി. അവർ ആരെയൊക്കെയോ ചീത്ത വിളിച്ചു. ജിൻസിയെ പ്രാകി "പണ്ടാറം."

അവൾക്കു പഴഞ്ചോറും കിട്ടാതായി. ഒരു പകൽ ഒരു

വണ്ടിയും കുറെ ആൾക്കാരും വന്നു. ഒരു വാഹനത്തിലൂടെ അറി യിപ്പു വന്നു. "ചേരിയിലെ എല്ലാവരും മാറിപ്പോകണം. ചേരി നിർമ്മാർജ്ജനമാണ്. ബഹുമാനപ്പെട്ട ഗവർണർ ഇവിടം സന്ദർശിക്കുന്നു."

ഒപ്പം വന്നവർ കുടിലുകൾ പൊളിച്ചുമാറ്റി. ഓലയും മുളയും ലോറിയിൽ കയറ്റി. ചപ്പുചവറുകൾക്കൊപ്പം തത്തക്കൂടും പൊക്കിയെടുത്തു വണ്ടിയിലിട്ടു...

“അമ്മാ” ജിൻസി വിളിച്ചു കരഞ്ഞു. കുറേയകലെ ചപ്പുചവറുകൂനകളിൽ ജിൻസിയും കൂടും എടുത്തെറിയപ്പെട്ടു. മഴ നിർത്താതെ പെയ്യുന്നു. ജിൻസി കൂട്ടിൽ കിടന്നു പിടഞ്ഞു. കൂടിന്റെ ഭിത്തിയിലും കമ്പിയിലും കൊത്തി. മഴകൊണ്ടു ജീർണ്ണിച്ച കൂടു പിളർന്നു. ജിൻസി പുറത്തേക്കു പറന്നു.

ചാറ്റൽ മഴയത്ത് അവൾ മുന്നോട്ടു പറന്നു. “അമ്മാ.... അമ്മാ” അവൾ വിളിച്ചു. എത്രദൂരം പറന്നുവെന്നറിയില്ല. ചിറകുകൾ നനഞ്ഞു കുഴഞ്ഞു.

നേർത്ത നിലാവെളിച്ചത്തിൽ കുറെ കെട്ടിടങ്ങൾ അവൾ കണ്ടു. അവയ്ക്കു പിറകിലൂടെ അരണ്ട വെളിച്ചത്തിൽ അവൾ പതുക്കെ പറന്നു നീങ്ങി.

“മോളേ എന്റെ ജിൻസി...”

ഇടറിയ ശബ്ദം ജിൻസി കേട്ടു. മണ്ണട്ടകളുടെയും ചീവീടുകളുടെയും ശബ്ദത്തിൽ ആ ശബ്ദം തിരിച്ചറിഞ്ഞു.

“അമ്മാ..” അവൾ ശബ്ദം കേട്ടടുത്തെത്തി. ഒരു ചായ്പ്പിൽ അവശയായിരിക്കുന്ന അമ്മ. അവൾ അമ്മയ്ക്കടുത്തെത്തി.

“മോളേ എന്റെ മോളേ. എനിക്കെന്റെ ജീവൻ കിട്ടി.”

അമ്മ ജിൻസിയെ മാറോടണച്ചു.